காலத்தைக் கட்டவிழ்க்கும் கலை

இளவேனில்

நீலம்

நீலம்

காலத்தைக் கட்டவிழ்க்கும் கலை (கட்டுரைகள்)

ஆசிரியர் : இளவேனில்
முதற்பதிப்பு : டிசம்பர் - 2024
நீலம் பப்ளிகேஷன்ஸ்,
முதல் தளம், திரு காம்ப்ளக்ஸ்,
மிடில்டன் தெரு, எழும்பூர், சென்னை - 600008.

அட்டை
வடிவமைப்பு : பவித்ரன் முரளி
நூல் வடிவமைப்பு : நெகிழன், பவித்ரன் முரளி

விலை ரூ.150

KAALATHTHAI KATTAVIZHKKUM KALAI

Author : ELAVENHIL ©
First Edition : December - 2024
Published by : NEELAM PUBLICATIONS,
1st floor, Thiru Complex, Middleton street,
Egmore, Chennai - 600008.

Email : editor@neelampublications.com
Mobile : +91 98945 25815

INR : 150
ISBN : 978-93-94591-85-1

Neelam Monthly Magazine & Subscription - www.theneelam.com
Neelam Online Store - www.neelambooks.com

இளவேனில்

சென்னையைச் சேர்ந்த எழுத்தாளர். கடந்த பத்து வருடங்களாகச் சிறுகதைகள், கட்டுரைகள் எழுதிவருகிறார். 'உரையாடல்கள்' எனும் சிறுகதைத் தொகுப்பு 2019இல் வெளியானது. இது இவரின் முதல் கட்டுரைத் தொகுப்பு.

elavenhil@gmail.com

நன்றி

கலைமுகம்
அகழ்
எனில்?
காலச்சுவடு
நீலம்

"We are all part a continuum, repeat after me, the future is in the past and the past is in the present

(.....)

There is someone for everyone in this world"

- Bernardine Evaristo, 'Girl, Woman, Other'

பொருளடக்கம்

1. நாம் நம் வரலாற்றை எழுதுவோம்: டேவிட் கிரேபர் 09

2. இழந்துவிட்ட பொன்னுலக உணவுமுறையின் 'மகிமைகள்' 19

3. இந்தியத் திரைவெளிகள் அருளும் சாகச நீதிகள் 29

4. செயற்கை நுண்ணறிவு இயந்திரங்கள்: வெறுப்பை ஜனநாயகப்படுத்தும் அழகியல்! 37

5. இங்கு ஒரு விரல் புரட்சி செய்யப்படும் 47

6. போலிச் செய்திகளின் காலம் அல்லது ஒரே இரவில் கோட்பாட்டு இயற்பியலாளராக மாறுவது எப்படி? 53

7. சிறைப்பட்டிருக்கும் காலத்தை விடுவிக்கும் வண்ணங்கள் 65

8. கண்காணிப்பு முதலாளித்துவத்தின் காலம் 70

9. மரணங்கள் / படுகொலைகள் 79

10. அம்மா இன்னும் உயிரோடிருக்கிறாள் 87

11. பரிசுத்த ஆதி பற்றிய நினைவேக்கப் புனைவுகள் - கள்ளம்கபடமற்ற விவசாயி 93

12. வாழ் - சாராம்சத்துக்கு முன் தோன்றாத இருப்புகளின் திரை வெளிவி 101

13. நூற்றாண்டின் மிகப் பெரிய மோசடி மற்றும் சில கதைகள் 112

14. காலத்தைக் கட்டவிழ்க்கும் கலை: கார்லோ ரோவெளி 116

நாம் நம் வரலாற்றை எழுதுவோம்:
டேவிட் கிரேபர்

கல்விக் கூடங்களிலும், சமூக அறிவியல் ஆய்வு மேசைகளிலும் எழுதப்பட்ட மனித இனத்தின் பொதுவான வரலாறு ராஜா ராணி கதைகளாகவே இருக்கின்றன. மேலிருந்து கீழாகச் செயல்படும் அதிகாரத்தின், உச்சியில் இருப்பவர்களின் பெருமித கதையாடல்களாக இருக்கின்றன. இந்த வரலாற்றுக் கதைகளில் நமக்கு எந்தப் பங்கும் எப்போதும் இருக்கவில்லை. நாம் இந்த வரலாற்றை வெளியிலிருந்து பார்க்கும் / துதிக்கும் மற்றவையாகவே இருக்கிறோம். ராஜா ராணி கதைகளைத் தவிர்த்த மற்ற மனிதர்களின் கதை அதாவது நமது கதை:

"மனிதர்கள் அப்பாவித்தனமான மனதுடன் வேட்டையாடி, காடுகளில் உணவுகளைத் தேடி வாழ்ந்துவந்தனர், பெரும் தீங்காக விவசாயத்தைக் கண்டுபிடித்ததுதான் மனித இனம் சந்திக்கும் அனைத்துக் கொடுமைகளுக்கும், ஏற்றத்தாழ்வுகளுக்கும், துயரங்களும் ஆதாரமாக மாறியது. குறிப்பாக விவசாயம், *fertile crescent* என்று மானுடவியலாளர்கள் அலாதி பிரியத்துடன் அழைக்கும் இன்றைய துருக்கி, சிரியா, லெபனான் பகுதியிலிருந்தே தோன்றியது. எனவே நாகரிகங்களும் அங்கிருந்தே தோன்றின" என்பதுதான்.

அப்பாவியான மனிதர்கள் விவசாயம் எனும் பாவத்தைக் கண்டடைந்த சமூகப் பரிணாம வரலாற்றை நாம் பல்வேறு வகைகளில் கேட்டுவந்திருக்கிறோம் - குறிப்பாக அறிவுத் தளத்தில் இந்த வரலாற்றுக் கதை மிகவும் பிரபலமான, செல்வாக்கு மிக்க ஒன்று. இந்தக் கதை இரண்டு வகையான அடிப்படைகளை மூலமாகக் கொண்டு உருவாகியிருக்கலாம்.

ஒன்று, விவிலியக் கதையாடல்களின் நீட்சியாக அல்லது டார்வினின் பரிணாம கொள்கை உண்டாக்கிய அறிவியல் தாக்கத்தின் விளைவாக, சமூகப் பரிணாம வளர்ச்சி எனும் பார்வை உருவாகியிருக்கலாம். பாவப்பட்ட விவசாயத்தைக் கண்டடைந்த மனித இனம் அதற்குப் பின் அதிகரித்த மக்கள் தொகையின் காரணமாக நகரங்களை, அதிகாரங்களை, ஆட்சி வடிவங்களை, பொருளாதாரத்தை, பணத்தை, இவை அனைத்தின் காரணமாக எண்ணிக்கையில் அடங்காப் பல கோடி நோக்கமற்ற அல்லது 'மயிரு' வேலைகளை உருவாக்கி மீள முடியாத சிக்கலுக்குள் சிக்குண்டு தவிக்கின்றனர்.

மனித சமூக வரலாறு குறித்த இந்த அற்புதமான பரிணாம கதையாடல், கட்டுரைப் போட்டி ஒன்றுக்காக ழான் ழாக் ரூசோ எழுதிய "ஏற்றத்தாழ்வுகளின் தோற்றம் குறித்த உரையாடல்" எனும் கட்டுரையுடன் ஆரம்பமாகிறது. முன்னதாக ரூசோவின் வாழ்க்கை ஒரு வளரும் இசைக் கலைஞரின் வாழ்வாக இருந்தது. இதுவே பொருளாதார வரலாற்றுக் களத்திலும் நிகழ்ந்தது. ஸ்காட்லாந்து தேசத்தின் எடின்பரா நகர பல்கலைக்கழகத்தில் 'நீதியிய'லைப் போதித்துக்கொண்டிருந்த ஒரு பேராசிரியர் எழுதிய 'பொருளாதாரத்தின் வரலாறு' கதை, மனித சமூகத்தின் பொருளாதார வரலாறாக மாறிப்போனது - அந்த நீதியியல் பேராசிரியர் பொருளாதாரத்தின் தந்தை என்றழைக்கப்படும் ஆடம் ஸ்மித்.

1.

ஓர் இசைக் கலைஞர் ஏற்றத்தாழ்வுகளின் வரலாற்றை அல்லது ஒரு நீதியியல் ஆசிரியர் பொருளாதார வரலாற்றை எழுதுவது தவறானது என்று தீர்ப்பு கூறுவது நோக்கமல்ல. மாறாக, அவர்கள் இருவரும் எழுதிய வரலாறு எப்படி மனித குலத்தின் வரலாறாக மாறியது என்பது குறித்துப் பேச முனைந்ததே டேவிட் கிரேபரின் முப்பது ஆண்டுக்கால அறிவு மற்றும் களச் செயல்பாடு என்று தட்டையாக வரையறை செய்யலாம். கிரேபரை உயர்தட்டு அறிவுத் தளத்தில் இயங்கிய பேராசிரியராக அறிமுகம் செய்வது அவரை அவமதிக்கும் செயல். டேவிட் கிரேபர் ஓர் அராஜகவாதி, தனது பள்ளிக் காலம் முதல் அதிகாரத்துக்கும் அமைப்பு முறைகளுக்கும் எதிரான களத்தில் தொடர்ந்து பயணித்தவர். 21ஆம் நூற்றாண்டைத் தொடங்கி வைத்த மிக முக்கிய மக்கள் எழுச்சியான 'வால்ஸ்ட்ரீட்டைக் கைப்பற்றுவோம்' எழுச்சியை ஒருங்கிணைத்தவர்களில்

ஒருவர். வால்ஸ்ட்ரீட்டைக் கைப்பற்றுவோம் போராட்டத்தின் பிரகடனமான - இன்றுவரை அநேக முற்போக்கு செயல்படு களங்களின் பிரகடனமாக ஒலிக்கும் நாங்களே 99% எனும் முழக்கத்தை உருவாக்கியவர் என்று சொல்லப்பட்டாலும் அதை இறுதிவரை கிரேபர் மறுத்துவந்தார்.

தனது களச் செயல்பாடுகளைப் போலவே அவர் பணியாற்றிய உயர்தட்டுக் கல்வி தளத்திலும் 'அறிவு' எனும் அதிகாரத்தின் வரையறைகளைத் தொடர்ந்து மீறியவர். அதன் வெளிப்பாடே அவரது எழுத்துகள் அனைத்தும். குறிப்பிடும்படியாக அவரது மிக முக்கிய நான்கு நூல்களைச் சொல்லலாம்.

- கடன்: முதல் 5000 வருடங்கள் (Debt: The first 5000 years)
- விதிகளின் சொர்க்கம் (The Utopia of Rules)
- புல்ஷீட் ஜாப்ஸ் (Bullshit Jobs)
- அனைத்தின் தொடக்கம்: மனிதயினத்தின் புதிய வரலாறு (The Dawn of Everything: A New History of Humanity, டேவிட் வெங்கிராவுடன் இணைந்து எழுதிய நூல்)

கிரேபர் தனது எழுத்துகளில், அறிவுலகம் இதுவரை உருவாக்கி வைத்திருக்கும் மனித குலத்தின் வரலாற்றை மீறிக்கொண்டே இருக்கிறார். அவரின் சிந்தனை முறை நேர்க்கோட்டில் பயணிக்கும் மனிதர்களின் வரலாற்றுப் பயணத்தையும், அதனூடாக முன்வைக்கும் தீர்வுகளையும் நிராகரிக்கின்றன. குறிப்பாக, தன் சொந்தக் கருத்துகள் சிலவற்றையும் புதிய ஆதாரங்களுடன் நிராகரிக்கிறார்.

சமூக அறிவியலின் இயக்கத்தில் 'விவசாயம்' எனும் வார்த்தை மிகவும் கவர்ச்சிகரமானது. விவசாயம் எனும் கண்டுபிடிப்பை ஒட்டியே மனிதர்களின் மொத்த சமூக வரலாறும் கட்டமைக்கப்பட்டிருக்கிறது. தொடக்கத்தில் சொன்னதுபோல் மனித வரலாற்றின் இந்தப் போக்குக்கு ஆதாரமாக ரூசோ, ஆடம் ஸ்மித், தாமஸ் ஹாப்ஸ் போன்றோர் இருக்கிறார்கள்.

இவர்கள் முன்வைக்கும் வரலாறு என்பது மதப் புனைவுகள் - அறிவியலில் டார்வினிய கோட்பாட்டின் தாக்கம் எனும் இரண்டு விளைவுகளின் வழியாக உருக்கொள்வதாகச் சொல்லும் கிரேபர், ரூசோ - ஹாப்ஸ் எனும் இருமுனை வரலாறை மறுக்கிறார். ரூசோ, ஸ்மித், ஹாப்ஸ் ஆகியோர் முன்வைக்கும் வரலாறு சமகால முதலாளித்துவ அமைப்பு முறையை ஏற்றுக்கொள்வதற்கான

கருத்தியல்களாகவே இருக்கின்றன. முதலாளித்துவ அமைப்புமுறைக்கு வலு சேர்க்கும் விதமாகவோ, இந்தப் பரிணாம வரலாற்றை உண்மை என்று நிரூபிப்பதற்கான தேவையின் காரணமாகவோ அநேக வரலாற்று நூல்களும் ஆய்வுகளும் நிகழ்வதாக கிரேபர் எழுதுகிறார்.

விவசாயம் எனும் தீண்டக்கூடாத அற்புதம் (தீண்டக்கூடாத ஆப்பிள்) பொருளாதாரத்தை, பணத்தை, கடனை, கட்டளைகளை, அதிகாரங்களை, வன்முறைகளை, நகரங்களை, நாகரிகங்களை, ஆட்சியாளர்களைத் தோற்றுவித்ததாகக் கூறும், ஒரு புள்ளியில் அனைத்தும் தோன்றிய, பொதுவான பொருளாதார நேர்க்கோட்டு வரலாற்றை நிராகரிக்கும் கடன்: முதல் 5000 வருடங்கள், மனிதர்களிடம் தோற்றம் முதலே புழக்கத்திலிருக்கும் இயைந்து வாழ்தல் எனும் இயற்கை பண்பு உருவாக்கிய நன்றிக்கடன் அல்லது கடமை எனும் விழுமியங்களே முதலில் தோன்றின என்கிறது. அனைத்தும் ஒற்றைப் புள்ளியில் தோன்றியது எனும் சமூக அறிவியல் சிந்தனை, இந்தப் பேரண்டத்தின் தோற்றத்தை ஆரம்பக் காலங்களில் தேடிய இயற்பியல் அல்லது இயற்கை மெய்யியல் வழியில் உருவான கருத்தாக்கம் என்றே பார்க்க வேண்டியிருக்கிறது. இயற்பியலின் அனைத்துக்குமான மூலம் எனும் கருத்தியல், மதங்கள் முன்வைக்கும் 'அறுதியான மூலவர்' எனும் புனைவிலிருந்து தோன்றியிருக்கக் கூடும். ஆனால், இன்றைய அறிவியல் பெரு வெடிப்பு எனும் தொடக்கப் புள்ளியையும் கடந்து, அண்டம் உள்ளிட்ட அனைத்தின் இருப்பும் எப்படி சார்பியல் வழி பயணிக்கிறது என்பதைத் தேடிக்கொண்டிருக்கிறது.

'ஆரம்பக் காலங்களில் மனிதர்கள் தங்களின் தேவைக்கேற்ப பண்டமாற்று முறையில் வர்த்தகம் செய்தனர். பிறகு இனப்பெருக்கமும் சிக்கலான சமூக அமைப்பும் வர்த்தகத்தை எளிமையாக்கும் தேவையை உருவாக்கின. அதன் காரணமாக மனிதர்கள் பணத்தை உருவாக்கினர்' எனும் வரலாற்றுப் புனைவு நமக்குப் போதுமானதாக இருக்கிறது. இந்தக் கதை மனிதர்கள் இயல்பிலேயே இலாபம் சார்ந்த வர்த்தக உறவுகளின் பங்கேற்பாளர்களாக இருந்தனர் எனும் புரிதலை நமக்குப் பழக்கிவிடுகிறது. அடிப்படையில் மனிதர்கள் சுயநலமிக்க இலாப வெறியர்கள், அதுவே நம் இயல்பு என்று நம்புகிறோம் - இது இன்றைய முதலாளித்துவப் பொருளாதார அமைப்பு முறைக்குத் தேவையானதாக இருக்கிறது.

ஆனால், இயற்கையில் மனிதர்கள் பலன்களால் மட்டுமே உந்தப்படும் உயிரினமாக இருந்ததற்கான தொல்லியல், மானுடவியல் தரவுகள் ஏதும் இல்லை என்று சொல்லும் இந்த நூல், உற்பத்தி உறவுகளாக மனிதர்கள் உருவாகும் முன்பே அவர்களிடத்தில் கடன் தோன்றிவிட்டது என்பதையே இயைந்து வாழ்தல் - கடமை - நன்றிக்கடன் போன்ற விழுமியங்கள் ஊடாக முன்வைக்கிறது.

பணம் எனும் அமைப்பின் சமூக முக்கியத்துவம், உபரியை மட்டுமே நோக்கமாகக் கொண்டியங்கும் முதலாளித்துவக் காலத்திலிருந்தே இன்றைய வடிவத்துக்கு மாறியது. அதற்கு முன்பான சமூக இயக்கத்தில் பணத்தின் தேவை என்பது உபரி அல்லது வர்த்தகம் சாராது சமூகப் பயன் சார்ந்ததாக இருந்தது. எடுத்துக்காட்டாக, ஓர் இனக்குழுவுக்கும் மற்றொரு குழுவுக்கும் இடையே நிகழும் பகைமையை நீங்கச் செய்யும் கருவி எனும் அளவில் பல சமூகங்களில் பயன்படுத்தப்பட்டிருக்கிறது அல்லது ஒருவரின் இறப்புக்குப் பின் நிகழும் அடக்க நிகழ்வில் மற்றைய உலகுக்கு அவருடன் வரும் ஒன்றாக இருந்திருக்கிறது. நிலப்பிரபுத்துவக் காலத்திலும் கூட சமூக இயக்கத்தின் மையமாகப் பணம் இருக்கவில்லை. எதுவும் இல்லாமல் பணம் எனும் காகிதத்தின் வழியான புரிந்துணர்வு ஒப்பந்தம் மூலம் உபரியைப் பெருக்கும் வழி - எடுத்துக்காட்டாக வட்டி - முதலாளித்துவச் சிந்தனையின் வடிவம் என்கிறார் கிரேபர்.

பொருளாதாரம், வன்முறை மற்றும் கண்காணிப்பை மூலமாகக் கொண்ட சிக்கலான விதிகளால் இயக்கப்படும் சமூக அமைப்பு முறை பல நோக்கமற்ற பணிகளை உருவாக்கியது. அடுத்தகட்டமாக, உபரியை மூலமாகக் கொண்டு இயங்கும் இன்றைய முதலாளித்துவப் பொருளாதார முறை இன்னும் சிக்கலான அதேசமயம் நோக்கமற்ற பல வேலைகளைத் தோற்றுவித்திருக்கிறது. இன்று நாம் சந்திக்கும் பத்து நபர்களில் எட்டு அல்லது ஒன்பது பேர் இந்தத் தேவையற்ற வேலைகளைச் செய்பவர்களாகவே இருக்கிறோம். எடுத்துக்காட்டாக, இன்றைய கல்விப் புலங்களில் பணியாற்றும் நூறு பணியாளர்களில் ஐம்பது சதவிகிதத்துக்கும் அதிகமானவர்கள் ஆசிரியர்களாக அல்லாமல் நிர்வாகப் பணியாளர்களாகவே இருக்கிறார்கள். இன்றைய கல்விப்புலங்கள் விற்பனைப் பிரதிநிதிகளையும், சமூக ஊடக மேலாளர்களையும் வேலைக்கு அமர்த்துகின்றன - சில சமயம் இவர்கள் ஆசிரியர்களை விட அதிக சம்பளம் பெறுபவர்களாக இருக்கிறார்கள்.

இயந்திரமயமாக்கல் ஏன் மனிதர்களின் வேலை நேரத்தைக் குறைக்கவில்லை. மாறாக, இயந்திரங்களுடன் போட்டியிட வேண்டிய அடிமைகளாக ஏன் மனிதர்கள் மாறினார்கள் என்று *புல்ஷிட் ஜாப்ஸ்* நூல் விவாதிக்கிறது. *புல்ஷிட் ஜாப்ஸ்* எனும் பதத்துக்கு ஏற்ற தமிழ் மொழியாக்கம் மயிரு வேலைகள் அல்லது நோக்கமற்ற வேலைகள் என்பதாகக் கொள்ளலாம். இப்படியான பொருட்படுத்தப்படாத பணிகளைச் செய்பவர்களாக மனிதர்கள் மாறிப் போனதின் அடிப்படைக் காரணம் *கடன்: முதல் 5000 வருடங்கள்* நூலில் இருக்கின்றது.

முதலாளித்துவப் பொருளாதாரம் பணத்துக்கென்று தனியான மதிப்பை உருவாக்கியதின் விளைவாகக் கோடிக்கணக்கான நோக்கமற்ற வேலைகள் தோன்றின. அவை தரும் கூலி காகித அல்லது மெய்நிகர் பணமாக மதிப்பு கொள்வதன் மூலம் தனது வாழ்வியல் தேவைகளை மனிதர்கள் ஈடுசெய்கிறார்கள் - எடுத்துக்காட்டாக உணவுப் பொருட்கள் வர்த்தகம் உலகின் முதன்மையான இலாபம் தரும் வர்த்தக வடிவங்களில் ஒன்று. இத்தகைய தேவையற்ற வேலைகள் பற்றிய சுவாரஸ்யமான அம்சம் என்னவெனில் முதலாளித்துவ அமைப்பு முறைக்கு எதிராக உருவான சோசியலிச / கம்யூனிச அமைப்புகளிலும் கூட இவை செழித்து வளர்கின்றன என்பதுதான். இதையே *புல்ஷிட் ஜாப்ஸ்* ரஷ்ய - சீன எடுத்துக்காட்டுகளை முன்வைத்துப் பேசுகிறது.

வேலை எனும் முடிவற்ற சுழலில் தற்கால மனிதர்கள் சிக்கி உழல்வது குறித்து எழுதப்பட்ட முதல் புத்தகம் *புல்ஷிட் ஜாப்ஸ்* அல்ல. பால் லாபெரெக் எழுதிய 'சோம்பேறியாய் இருப்பதின் உரிமை', பாப் பிளாக்கின் 'உழைப்பை ஒழிப்போம்' போன்ற எழுத்துகளின் தரவுகளின் வடிவமே *புல்ஷிட் ஜாப்ஸ்* என்றாலும், உழைப்பு பற்றிய உரையாடல் எனும் நிலையிலிருந்து அது ஏன் பெரும்பான்மையான நேரங்களில் தேவையற்றது, அது எப்படித் தற்கால சமூக அமைப்பு முறையின் இருப்பை மேலும் உறுதி செய்கிறது எனும் பார்வையை முன்வைக்கிறது.

2.

டேவிட் கிரேபர் இறப்பதற்கு இரண்டு வாரங்களுக்கு முன்பு தொல்லியலாளர் டேவிட் வெங்கிரோவுடன் பத்து ஆண்டுகள் உழைப்பில் எழுதி முடித்த *அனைத்தின் தொடக்கம்: மனிதயினத்தின் புதிய வரலாறு*, இதுகாலம் நாம் நம்பிவந்த ரூசோவிய ஈடன் தோட்டத்துச் சமத்துவ

உலகம் அல்லது வன்முறைகளும் ஏற்றத்தாழ்வுகளும் மனிதர்களின் இயற்கை பழக்கமாகக் கருதும் ஹோப்ஸிய வரலாறு ஆகியவற்றைக் கட்டுக்கதைகளின் பெட்டகம் என்கிறது. இந்நூலின் சிறப்பம்சம் இதில் கையாளப்பட்டிருக்கும் கிண்டலான மொழி நடை. பொதுவாக கிரேபரின் எழுத்துநடை நண்பர் ஒருவருடன் மேற்கொள்ளும் நெருக்கமான உரையாடலைப் போன்ற உணர்வைத் தரக்கூடியது. வாசகருடன் தொடர் உரையாடல்களை நிகழ்த்தும் வகையிலேயே அவரின் எழுத்துகள் இருக்கும். அதைத் தாண்டி தனது சக சிந்தனையாளர்களைக் கிண்டலுடன் அணுகும் தொனி எங்கும் தென்படாது. ஆனால், அனைத்தின் தொடக்கம்: மனிதயினத்தின் புதிய வரலாறு நூலில் கிரேபரின் வழமையான நடைக்கு மாற்றாக, கிண்டலான மொழியில் நாம் நம்பும் அல்லது நம்மை நம்ப வைக்கும் வரலாற்றை / வரலாற்றாளர்களை நோக்கி சுவாரசியமான கேள்விகளை எழுப்புகிறது - டேவிட் வெங்கிரோவின் தாக்கமாக இருக்கக்கூடும்.

சமீப காலத்தில் தீவிர வாசகர் தளத்திலும் கூட பெரிதாகப் பேசப்பட்ட யுவால் நோவா ஹராரியின் சேப்பியன் நூலில், கோதுமையை மனிதர்கள் பயிரிடத் தொடங்கிய கதையை உருவகமாக, மனிதர்கள் கோதுமையை வெற்றிக்கொள்ளவில்லை. மாறாக, கோதுமை தனது இருப்பை நிலைநிறுத்த மனிதர்களை வெற்றிக்கொண்டது என்று எழுதியிருப்பார். இதைக் குறிப்பிடும் கிரேபரும் வெங்கிரோவும், ரூசோ உருவாக்கிய உன்னத ஆதிமனிதன் எனும் அப்பாவியான முன்னோர்களின் புனைவுகளைத் திரும்பச் சொல்லிச் சொல்லி அவர்களைச் சிந்தனையற்ற மிருகங்கள் எனும் அளவில் அணுகுவதையும், இத்தனை வன்முறையான பரிணாம மாற்றங்களை மனிதர்கள் கண்டடையாமல் இருந்திருந்தால் இன்றைய மனிதர்கள் மிகச் சிறப்பானதோர் அமைப்பு முறையில் மகிழ்ச்சியான வாழ்வை வாழ்ந்திருக்க மாட்டார்கள் என்று கொண்டாடும் ஹராரியின் அபத்த வாதங்களை அதே கிண்டலுடன் நிராகரிக்கிறார்கள்.

யுவால் நோவா ஹராரியின் கருத்தாடல்களை மட்டுமல்லாது, ஜெராட் டைமண்ட், ஸ்டிவன் பிங்கர் போன்ற பிரபலமான வரலாற்று ஆசிரியர்களின் கூற்றுகளையும் தொல்லியல் மற்றும் மானுடவியல் தரவுகளை முன்வைத்து மறுக்கும் அனைத்தின் தொடக்கம் சமூக அறிவியலாளர்கள் பேச மறந்த மனித வரலாற்றின் பக்கங்களைப் பேசுகிறது. கற்காலம், இரும்புக்காலம், இயந்திர மைய யுகம் என்று பொருள்முதல்வாத வரலாறாக, அதன்வழியே ஆட்சியாளர்களின் பெருமிதங்களை முன்வைக்கும் வன்முறை

மற்றும் கண்காணிப்புகளின் வரலாறாக மட்டுமே நம் சமூக வரலாறு முன்வைக்கப்படுகிறது. அதுவே சரியான வரலாறு என்றும் கருதப்படுகிறது. ரோமானிய கால விழுமியங்களின், சட்ட வடிவங்களின் தொடர்ச்சியாக நீடிக்கும் இந்த வரலாற்றுப் புனைவுகள், ஐரோப்பிய மைய வாதத்தின் எதிர் கருத்தாடல்களிலும் தொடரும் முரண் அபத்தமானதாக இருக்கிறது. எடுத்துக்காட்டாக, ஐரோப்பிய அல்லது முகலாய வருகைக்கு முன்பான தமிழக வரலாறு சோழர்களின் - சேரர்களின் - பாண்டியர்களின் வன்முறை வரலாற்றுப் பெருமிதங்களாகவே பல நிலைகளில் நிகழ்கிறது. காலனியம் அளித்த கொடையான - ரோமானிய பாணி எல்லைக் கோடுகள் வழியாக உருவாகும் - தேச உணர்வுகள் உருவாக்கும் அணுகுமுறையாகவே இவை இருக்கின்றன. தாங்கள் பேச விரும்பாத அல்லது ராஜா ராணி கதைகள் அல்லாத வரலாற்றுக் காலங்களை உன்னத ஆதிமனித வரலாறு என்றோ இருண்ட கால வரலாறு என்றோ எளிதில் கடந்துவிடுகிறது. தமிழக வரலாற்றில் களப்பிரர் காலத்தை இருண்ட காலம் என்ற ஒற்றை அடையாளத்துடன் எந்த ஆய்வுக்கும் உட்படுத்தாது கடந்து போக முடிகிறது.

ஐரோப்பிய காலனியத்துக்கு முன்னதாக அறியப்படாத உலகாக இருந்த அமெரிக்க நிலப்பரப்பின் சமூக அமைப்பு முறைகளை அதிகப்படியான எடுத்துக்காட்டுகளாகக் கொண்டும், வழமையான யூரேசிய - ஆப்பிரிக்கத் தரவுகளை முன்வைத்தும் சமூக அறிவியல் பேச மறந்த வரலாற்றை முன்வைக்க முயல்கிறது இந்த நூல். யூரேசிய எடுத்துக்காட்டுகளில் சிந்து சமவெளி அல்லது ஹரப்பா நாகரிகம் குறித்துச் சொல்லும்போது, அங்கு சாதி இல்லை என்றும் அந்த நாகரிகம் வழக்கிழந்து ஆயிரம் ஆண்டுகளுக்குப் பின்பே இந்தியத் துணைக்கண்டத்தில் சாதி தோன்றியது என்றும் சொல்கிறார்கள். மேலும், மனித சமூகங்களில் இயங்கும் கொடூரமான ஒடுக்குமுறைகளில் ஒன்று சாதி என்றும் குறிப்பிடுகின்றனர்.

சமூக அறிவியலாளர்கள் நிராகரித்த மிக முக்கிய தொல்லியலாளரான மரிஜா கிம்புடஸ் முன்வைத்த 'பெண் எனும் ஆதி விஞ்ஞானி' என்ற கருத்தாக்கத்தை மீட்டெடுத்து, எப்படி ஆதிமனிதர்களின் கண்டுபிடிப்புகள் அனைத்தும் பெண்கள் கண்டடைந்தவையாக இருக்கின்றன; எப்படி பெண்கள் விளையாட்டாக விவசாயத்தைப் பல ஆயிரம் ஆண்டுகள் முயற்சித்தார்கள்; விவசாயத்தைக் கண்டுபிடித்த பின்பும் மனிதர்கள் ஆயிரம் ஆண்டுகளுக்கு எப்படிப் பாகுபாடுகள் நிறைந்த சிக்கலான சமூக அமைப்பை உருவாக்காமல் தவித்தனர்; வேட்டைச் சமூகமாக இருந்த வேறு சில

குழுக்கள் எப்படி ஏற்றத்தாழ்வுகளை முறையாகக் கடைபிடித்தனர். எனவே, விவசாயத்துக்கும் ஒடுக்குமுறை மற்றும் ஏற்றத்தாழ்வுகளுக்கும் எப்படி எந்தத் தொடர்பும் இல்லை என்பன போன்ற மிக முக்கிய வரலாற்றுத் தரவுகளை இந்நூல் முன்வைக்கிறது. இன்னும் ஒருபடி மேலே சென்று பெண்கள் கண்டுபிடித்தார்கள் என்பதற்காகவே விவசாயம் - தீண்டியிருக்கக் கூடாத ஆப்பிளாக ஆண் சிந்தனையாளர்களால் கருதப்படுகிறது எனும் கருத்தையும் முன்வைக்கிறது.

மேலும் அறிவொளி காலத்து சுதந்திரம், சமத்துவம் போன்ற கருத்துகள் ஐரோப்பியச் சிந்தனையின் வெளிப்பாடு என்பதை மறுத்து, இவை பல பூர்வ அமெரிக்கச் சமூகங்களின் அடிப்படைச் சிந்தனைகளாக இருந்திருக்கின்றன என்பதை, பதினேழாம் - பதினெட்டாம் நூற்றாண்டுகளில் ஐரோப்பியர்கள் எழுதிய பயண நூல்கள் வழி நிறுவுகின்றனர். குறிப்பாக, கண்டியாராங்க் (Kandiaronk) எனும் வென்டட் பூர்வகுடி அமெரிக்க மெய்யியலாளரின் அனுபவங்கள் வழியாக ஐரோப்பிய அறிவொளி கால சிந்தனை முறைகளை அணுகுகின்றனர். கண்டியாராங்க் உரையாடலின் வழி பிரெஞ்சு மத போதகர் லஹோந்தனிடம் எப்படி வன்முறை சட்டமாகவும், தவறுக்கான தீர்வாகவும் இருக்கும் எனும் கேள்வியை முன்வைக்கிறார். சட்டம் என்று வன்முறையை மனிதர்கள் மீது திணிப்பது மனிதர்களை மேலும் வன்முறையாளர்களாகவே மாற்றும் என்கிறார். லஹோந்தனிடம் உங்கள் சமூகங்களின் மனிதர்கள் உணவுக்காக மற்றவர்களிடம் கையேந்துகின்றனர், ஒரு மனிதர் உணவு வேண்டி வேறு ஒருவரிடம் கையேந்துவது எப்படி மானுட நாகரிகத்தின் இயல்பாக இருக்க முடியும் என்கிறார் கண்டியாராங்க்.

மனித சமூக வரலாறு குறித்த பிரமாண்டமான பிரதியாக உருவாகியிருக்கும் அனைத்தின் தொடக்கம், எல்லையற்ற மானுடவியல் தொல்லியல் தரவுகளை முன்வைத்து நாம் இதுகாலம் நம்பிக்கொண்டிருக்கும் மனித இனத்தின் வரலாற்றைக் கட்டுடைக்கிறது. மனித சுதந்திரத்தின் அடிப்படை என்று இந்நூல் முன்வைக்கும் 1) பிடித்தமான அல்லது தேவையான இடத்துக்கு இடம்பெயர்தல் 2) கீழ்ப்படிய மறுக்கும் சுதந்திரம் 3) சமூக அமைப்பு முறைகளைத் தேவையான சமயங்களில் மாற்றி அமைக்கும் சுதந்திரம் ஆகியவற்றைப் படிப்படியாக இழந்த மனித சமூகங்கள், இறுக்கமான வன்முறையும் கண்காணிப்பும் நிறைந்த இன்றைய அமைப்பு முறைக்குள் சிக்குண்டு, மேலும் இதிலிருந்து தப்புவதற்கான வழி ஏதும் இல்லை என்ற புனைவான வரலாற்றைச் சொல்லி அல்லது நம்பி வாழ்கின்றனர் என்கிறது இந்நூல்.

கிரேபர் குறித்த அஞ்சலிக் கட்டுரையில் மோலி பிஷர் குறிப்பிட்டிருப்பதைப் போல், டேவிட் வெங்கிராவும் டேவிட் கிரேபரும் இணைந்து மனித சமூகம் தங்கள் ஆதி அல்லது தொடக்கம் குறித்துக் கேட்க வேண்டிய கேள்விகள் அடங்கிய பிரமாண்ட தொகுப்பு ஒன்றைக் கையளித்திருக்கின்றனர். அத்தொகுப்பு மனித வரலாற்றை நேர்க்கோட்டில் பார்க்காமல் திரவத் தன்மையில் அனைத்துச் சாத்தியங்களையும் கொண்டதாகப் பார்க்கிறது. வாழும் சூழலுக்கேற்ப சார்பாகப் படைப்புத் திறன் மிக்கதாகப் பல வடிவங்களில் இயங்கிய சமூக வரலாறு எப்படி இறுக்கமான ஒன்றாக மாறியது - அப்படி மாறிய நிலையை நாம் எப்படி நாகரிகத்தின் உச்சம் என்கிறோம் எனும் கேள்விகளை முன்வைக்கிறது.

3.

மனிதர்கள் இயற்கையில் குழுவாக வாழும் இயல்பினராக, உற்பத்தி உறவுகள் சாராதவர்களாகவே இருந்திருக்கின்றனர் எனும் மானுடவியல் தகவல்களை முன்வைக்கும் கிரேபரின் சிந்தனைகள் நாம் பள்ளிகளில், கல்லூரிகளில் படித்த ராஜா ராணி கதைகள் அனைத்தையும் தூக்கிவீசிவிட்டு, வெகுஜனம் நிரம்பிய மனிதர்களின் வரலாற்றை முன்வைக்கின்றது. அந்தப் புரிதல் மனித சமூகத்தின் எதிர்காலத்துக்கான நம்பிக்கையினை விதைக்கிறது - அதிகாரங்களை எதிர்த்துப் பேச, கிரேபரின் அந்த நம்பிக்கையை நாம் இறுகப் பற்றிக்கொள்கிறோம்.

“ஒரு புதிய உலகை உருவாக்க, நம் கண்களின் முன்னால் இருப்பதை - எப்போதும் இருந்துவருவதை மறுகண்டுபிடிப்பு செய்வதிலிருந்தே தொடங்க வேண்டும்.” - டேவிட் கிரேபர்

இழந்துவிட்ட பொன்னுலக உணவுமுறையின் 'மகிமைகள்'

மனிதர்கள் பழங்காலம் குறித்த அதீதக் கற்பனைகளை எப்போதும் விரும்புகிறார்கள். கடந்த காலங்களை அமைதியும் வளமும் மிகுந்த 'பொன்னுலக'மாகவே அநேகரும் நம்ப விரும்புகிறோம். மகிமையும் மேன்மையும் மிக்க முன்னோர்களின் வாழ்வு முறை மீதான ஏக்கம் நம்மில் இருந்துகொண்டே இருக்கிறது. இழந்துபோன பொன்னுலகம் பற்றிய தீவிர நம்பிக்கைகளே, இன்றைய செயற்கை நுண்ணறிவு இயந்திரங்களின் தீராப் பசிக்கு அமுது படைக்கும் அட்சய பாத்திரங்களில் ஒன்றாகத் திகழ்கின்றன.

இணைய உலகம் குறிப்பிட்ட அளவில் பொன்னுலகக் கதைகளால் நிரம்பியிருக்கிறது. உலகமயமாக்கல் காலத்தில் இறந்த காலமென்பது இழந்துவிட்ட பூர்வீக கதைகளின் மீது கட்டியெழுப்பப்பட்ட ஒன்றாக இருக்கிறது. 'பூர்வீகம்' என்பதன் பொருள் உணவு, உடை, சமூக ஏற்றத்தாழ்வுகள், மொழி, போர், கலை, வழிபாட்டு முறை என்று அனைத்தையும் உள்ளடக்கிய மொத்த வாழ்முறையைக் குறிக்கிறது. இவை அனைத்திலும் உணவு முறை குறித்த மகிமை கதைகள் இணையவெளியில் அதிகப்படியான கவனம் பெறுகின்றன. அப்படியான முக்கியத்துவம் பல நேரங்களில் அறிவியல் மறுப்பு வாதங்களாகப் பரிணமிக்கின்றன. இன்றைய கோவிட் 19 பெருந்தொற்றுக் காலத்தில் நோய்க்குத் தீர்வாக இயற்கை மருத்துவமும் உணவு வழி மருத்துவமும் மெய்நிகர் வெளியை ஆக்கிரமித்திருக்கும் அதே நேரம், அவை பெருமளவில் தடுப்பூசிக்கு எதிரான முழக்கங்களாகவே நிறைவு பெறுகின்றன.

உலக இயக்கத்தின் அடிப்படையாக 'உணவு' இருக்கிறது. உயிர்களின் பரிணாமமும் முரண்களும் உணவுத் தேவையைச் சார்ந்து உருவானவை. இந்திய நிலப்பரப்பில், இழந்துவிட்ட உணவுப் பெருமிதத்தின் பெரும்பான்மையான உரையாடல்கள் 'காலனியத்துக்கு முன் X பின்' எனும் அரசியல் கலாச்சார முரண்களில் இருந்தே உருவாகின்றன; அல்லது வரலாற்றின் எல்லைகளை மேலும் இறுக்கினால் இது 'உலகமயமாக்கலுக்கு முன் X பின்' எனும் முரண்களின் மோதல்களாகப் பார்க்க முடியும். 'காலனியத்துக்கு முன் X காலனியத்துக்குப் பின்' எனும் முரண், இழந்துவிட்ட உணவுப் பெருமிதத்தின் உரையாடல் வெளியை மூன்று நூற்றாண்டுகள் வரை விரிவாக்கிப் பேசுவதற்கான வாய்ப்பைத் தரும். இம் முரணை 'இயந்திரமயமாக்கலுக்கு முன் X இயந்திரமயமாக்கலுக்குப் பின்' என்று வரையறுக்கும் சாத்தியங்களும் இருக்கின்றன அல்லது 'நிலப்பிரபுத்துவ உணவு முறை X முதலாளித்துவ உணவு முறை' எனும் பொருளாதார முரணாகவும் அணுக முடியும். நம் காலத்தின் உணவு முரண்களை 'நிலப்பிரபுத்துவ உணவு முறை X முதலாளித்துவ உணவு முறை' எனும் நிலையிலிருந்து அணுகுவது பண்பாட்டு / பொருளாதார உரையாடல்களை நிகழ்த்த உதவும் என்று கருதுகிறேன்.

இயந்திரமய / முதலாளித்துவக் காலகட்டத்தில் நடந்தேறிய இடப்பெயர்வுகளின் 'வேகம்' குறித்து வரலாறு பற்றி அடிப்படை அறிவு இல்லாதவராலும் கூட மிகவும் இயல்பாகப் புரிந்துகொள்ள முடியும். இடப்பெயர்வுகளின் வேகம் என்பது மனித சமூக நிகழ்வுகளான மொழி, கலை, அரசியல், உணவு முறை, உற்பத்தி முறை, குற்றம் என அனைத்தையும் உள்ளடக்கியதே. இழந்துவிட்ட நம் உணவுப் பெருமித முரண்களை, 'இடப்பெயர்வுகளின் வேகம்' உருவாக்கியிருக்கிறது.

முதலாளித்துவ உணவு முறையின் இடப்பெயர்வுகள் ஏகாதிபத்தியம், அறிவியல் ஆகியவற்றின் பின்புலத்தில் அதுகாலம்வரை நடந்தேறிய இடப்பெயர்வுகளைக் காட்டிலும் மிகவும் விரைவாக நடந்தேறியது. முதலாளித்துவ உணவு முறைகளின் வேகமான இடப்பெயர்வுகள் அதே அளவு வேகத்தோடு நிலப்பிரபுத்துவ உணவு முறையை நீர்த்துப்போகச் செய்தது. உலகெங்கிலும், குறிப்பாக, நிலப்பிரபுத்துவம் தீர்க்கமாக மத நிறுவனங்களுடன் சேர்ந்து இயங்கிய பதினான்காம் நூற்றாண்டில் ஐரோப்பாவில் அக்காலத்தின் முற்போக்குப் பொருளாதாரமாகப் பார்க்கப்பட்ட முதலாளித்துவத்துடன் அறிவியல் இணைந்து இயங்க

ஆரம்பித்தது. இதற்கான பண்பாட்டு, வரலாற்றுக் காரணங்களைக் குறித்த பல சுவாரஸ்யமான ஆய்வுகளும் விவாதங்களும் இருக்கின்றன.

காலனிய இந்தியாவில் இயந்திரமயம், ஏகாதிபத்தியம், முதலாளித்துவம் மூன்றும் ஒருங்கிணைந்து முதலாளித்துவ உணவு முறையின் வேகமான இடப்பெயர்வுக்கான வெளியை உருவாக்கிக் கொடுத்தது. இந்தக் காலகட்டம்தான் உணவுமுறை / தானிய இடப்பெயர்வுகள் நடந்தேறிய முதல் காலகட்டமா எனில், இல்லை எனும் பதிலையே மானுடவியல், தொல்லியியல் ஆய்வுகள் அறியத் தருகின்றன. இடப்பெயர்வுகளே பரிணாமத்தின் அடிப்படை, இடப்பெயர்வுகளே பன்முகத்தன்மை கொண்ட உயிர்களை உருவாக்கிப் பரிணமிக்க வைக்கிறது.

21ஆம் நூற்றாண்டின் உணவு முறையை அமெரிக்க நொறுக்குத்தீனி உணவு முறை என்றும் சொல்லலாம். அதற்குக் காரணம் இழந்துவிட்ட உணவுப் பெருமிதங்கள் உடல் நலம், ஆரோக்கியம் மீதே கட்டமைக்கப் பட்டிருக்கின்றன. அமெரிக்க நொறுக்குத்தீனி உணவு முறை முதலாளித்துவ உணவு முறையின் உட்பிரிவாக இருப்பதால், நிலப்பிரபுத்துவ உணவு முறை X முதலாளித்துவ உணவு முறை எனும் முரண்களிலிருந்து அணுகுவது சில பதில்களைக் கண்டடைய உதவும். அமெரிக்க நொறுக்குத்தீனி உணவு முறை என்பதைப் போல் இந்திய நிலப்பிரபுத்துவ உணவு முறையைச் சாதிய உணவு முறை என்று வரையறுக்கலாம். முதலாளித்துவ உணவு முறையையும் சாதிய உணவு முறையையும் ஒப்பிடும்போது, இலாபம் என்ற அடிப்படை நோக்கிலேனும் முதலாளித்துவ உணவுமுறை சாதி சார்ந்த உணவுப் பாகுபாடுகளை மிகக் குறுகிய அளவிலேனும் களைந்தது.

எடுத்துக்காட்டாக, இந்திய இந்து சமூகத்தில் நெய்யின் பயன்பாட்டை நிலப்பிரபுத்துவ உணவு முறை X முதலாளித்துவ உணவு முறை எனும் நிலைகளில் வைத்துப் பார்க்கலாம். இத்தகைய ஒப்பீடு முதலாளித்துவ உணவு முறையே மிகவும் சிறந்தது எனும் தீர்ப்பை எழுதுவதற்காக அல்ல. மாறாக, நிலப்பிரபுத்துவ உணவு முறை X முதலாளித்துவ உணவு முறைகளின் முரண் மெய்நிகர் உலகின் தகவல் பசிக்கான காலமாக எப்படி மாறியிருக்கிறது என்பதை அறிந்துகொள்வதே.

மெய்நிகர் உலகில் பரவும் உண்மை போன்ற தகவல்கள், போலிச் செய்திகள் ஆகியவற்றில் அதிகம் இடம்பெறுவது, பெருநிறுவனங்களின் சதி வலைகளும் இலாப வெறியும் (இந்த இரண்டு வார்த்தைகளுக்கும்

பெருமுதலாளித்துவ நிறுவனங்களுக்குமான நெருங்கிய உறவை மறுக்க முடியாதுதான்) இழந்துபோன பெருமைமிகு உடல்நலமிக்க தானியங்களையும் கால்நடை இனங்களையும் அழிக்கும் வேலையைச் செய்கின்றன எனும் கருத்துதான். இலுமினாட்டி சதிக் கோட்பாடுகளிலிருந்து உருவாகும் இந்தப் பெருமித வெளிப்பாடுகள் உபரியை / இலாபத்தை மட்டுமே நோக்கமாகக் கொண்டு கூட்டு முதலாளித்துவத்தைக் கேள்வி கேட்காமல் சுவாரசியமான சதிக் கதைகளைச் சொல்வதுடன் நிறைவுகொள்கின்றன. மேலும், இந்தியாவில் ‘தூய்மை’ அல்லது ‘பூர்வீகம்’ மீதான ஏக்கம் என்பது இழந்துவிட்ட சாதிய ஆதிக்கத்தின் ஏக்கமாகவே கருத வேண்டியிருக்கிறது.

2.

ஓர் உணவின் புவியியல் சார்ந்த தேவைகளையும் பயன்களையும் கருத்தில் கொண்டே பூர்வீகம் எனும் கருத்தை அணுக வேண்டியிருக்கிறது. மேலும், பூர்வீகம் என்பது என்ன என்ற கேள்விக்குப் பதில் தூய்மைவாதக் கருத்தியல்களின் வழியேதான் வெளிப்படுகிறது. எது பூர்வீகம் எனும் கேள்விக்கு, இந்த அண்டத்தில் நிலையான எந்தவொரு பதிலும் இல்லை. மேலும் உயிர்களின் பரிணாம வரலாற்றில் பூர்வீகம், தூய்மை போன்ற கருத்தாக்கங்களைத் தொக்கி நிற்கும் எந்த உயிர்களும் பரிணாமித்ததில்லை. பூர்வீகம், தூய்மை எனும் பதங்களை மானுடவியல், மரபியல், பரிணாம உயிரியல், தொல்லியல் தரவுகள் முன்வைக்கும்போது அவை பொருள் சிதைந்து காணாமல் போய்விடுகின்றன. இங்கு எதுவுமே எப்போதுமே பூர்வீகமாக இருந்திருக்கவில்லை - மனிதர்கள், உணவுப் பயிர்கள், கால்நடைகள் உட்பட.

தமிழ் இணையவெளியும் அதன் அங்கமான சமூக ஊடகவெளியும் பெருமளவில் தமிழ் அடையாளப் பெருமிதங்களிலே உழல்கின்றன. இறந்துபோன பூர்வீகப் பொன்னுலகின் பெருமைகளில் தமிழ் மெய்நிகர் சமூகம் நிரம்பி வழிகிறது. அப்பெருமிதங்கள் மிகுதியான போலிகளால் அல்லது உண்மையைப் போன்ற செய்திகளால் கட்டமைக்கப்பட்டிருக்கின்றன. மொழிப் பெருமிதங்கள், சாதிப் பெருமிதங்கள், பண்பாட்டுப் பெருமிதங்கள் என்று முடிவற்று நீளும் வரிசையில் இழந்துவிட்ட பூர்வீக உணவு முறைப் பெருமிதங்களும் அதையொட்டிய ஏக்கங்களும் அதை மீட்டெடுக்கும் முயற்சிகளும் நாள்தோறும் பெரும்பான்மையான தமிழரின் ஊடக வெளிகளை ஆக்கிரமித்திருக்கின்றன.

தமிழ் மெய்நிகர் உலகின் நிரந்தர வைரல் நிகழ்வுகளில் ஒன்று, இழந்துவிட்ட பூர்வீகக் கால்நடை இனங்கள் குறித்த செய்திகள். குறிப்பாக மாடுகள். பத்தாயிரம் ஆண்டுகளுக்கு முன்னர், மனிதர்கள் *fertile crescent* என்று மானுடவியலாளர்கள் அழைக்கும் இன்றைய சிரியா, லெபனான், ஜோர்டான் நாடுகளை ஒட்டிய பகுதிகளில் முதன்முதலில் மாடுகளைத் தங்கள் அடிப்படைத் தேவைகளுக்காக வளர்க்கத் தொடங்கியதை இன்றளவில் கிடைக்கப் பெற்றிருக்கும் தொல்லியல், மானுடவியல் சான்றுகள் உறுதி செய்கின்றன. பிரபல மானுடவியல் நூல்களான 'ஆதி இந்தியர்கள்', 'துப்பாக்கி, கிருமி மற்றும் எஃகு' போன்றவற்றைக் கொண்டே இந்தத் தரவுகளை உறுதிப்படுத்திக்கொள்ள முடியும்.

Fertile Crescent அல்லது ஜாக்ரோஸ் மலைகளிலிருந்து கிழக்கு நோக்கிப் பயணித்த மக்கள், கால்நடை வளர்ப்பினைக் கிழக்கு ஆசியா முழுவதும் கொண்டு சென்றார்கள். இவர்களில் ஒருசிலரே பின்னாளில் சிந்து சமவெளி நாகரிகத்தைத் தோற்றுவித்தவர்கள். அவர்களே இப்போது அழிந்துவிட்ட ஆனால், இன்றைய இந்திய மாட்டு இனங்களின் முன்னோரான இந்திய ஒவ்ராக்ஸினை (*indian aurochs*) வளர்த்தனர். இந்திய ஒவ்ராக்ஸ், ஒவ்ராக்ஸ் எனும் அழிந்துவிட்ட ஆதி மாட்டு இனத்திலிருந்து தோன்றியது. ஒவ்ராக்ஸ், போஸ் அக்யூடிஃப்ரான் எனும் ஆதி மாட்டு இனத்திலிருந்து பாலிக்கோன் எனும் பனி யுகத்தில் தோன்றியது. ஒவ்ராக்ஸ், போஸ் அக்யூடிஃப்ரான் ஆகியவை இந்திய நிலப்பகுதியிலிருந்து மட்டும்தான் தோன்றியது என்பதற்கான எந்தத் தரவுகளும் இல்லை.

ஒவ்ராக்ஸ்கள் பரிணாம வளர்ச்சியில் இரண்டு பிரிவுகளாக மாறி ஒன்று கிழக்கு நோக்கியும் மற்றொன்று மேற்கு நோக்கியும் பிரிந்து சென்றன. கிழக்கை நோக்கிப் பயணமான ஒவ்ராக்ஸ்களிலிருந்து தோன்றிய ஜீபூ, பின்னாளில் எழுபத்தைந்து மாட்டினங்களாகப் பரிணமித்தது. அதில் குறிப்பிடும்படியான ஒன்று, தமிழ்நாட்டின் காங்கேயம் மாடுகள். மிக இயல்பாகப் புரிந்துகொள்ளகூடிய செய்தி, இத்தகைய பரிணாம வளர்ச்சி இயற்கை அல்லது செயற்கைக் கலப்பினூடாகவே இருக்க முடியும் அல்லது நேரடிப் பரிணாம வளர்ச்சி என்ற வாய்ப்பையும் கருதலாம்.

எனவே, தமிழ் நிலத்துக்கான தூய்மையான, பூர்வீகமான எந்த மாட்டு இனமும் இல்லை. மாறாக,எல்லையற்ற இயற்கை இன்று நம்மிடம் இருக்கும் மாட்டினங்கள் அனைத்தும் இயற்கை / செயற்கை கலப்பினங்களின்

முடிவுகள்தான் என்பதை இழைமணி (DNA) தரவுகள் காட்டுகின்றன. எந்தவொரு பொருளும் இயற்கையான ஒழுங்கைத் தக்கவைக்க முடியாது. காரணம், இயற்கையில் ஒழுங்கு என்று ஏதும் இல்லை அல்லது ஒழுங்கு காக்கும் எதுவும் பிழைத்திருக்காது.

தமிழ்ப் பூர்வீக மாட்டினங்களைக் காப்பாற்றுவதற்கான இயக்கம் பெரும்பாலும், நிலப்பிரபுத்துவ / மன்னராட்சிக் கால அல்லது காலனித்துவத்திற்கு முந்தைய சமூகங்களின்போது மனிதர்களால் வளர்க்கப்பட்ட இயற்கை / செயற்கைக் கலப்புகள் மூலம் உருவான இனங்களைக் காப்பாற்றும் இயக்கமாகும். நிலப்பிரபுத்துவ / மன்னராட்சிக் காலப் பெருமிதங்கள் வெளிப்படையாக ஆண்டான் X அடிமை காலப் பெருமிதங்களே. சமூக அடுக்குகளில் தங்களின் அபரிதமான ஆதிக்கத்தை இழந்துவிட்ட நினைவு வெளியின் வியாகூலமே பாரம்பரியத்தைப் பற்றி மிகுந்த அக்கறை கொள்ள வைக்கிறது.

உதாரணமாக, தமிழ்ச் சமூகத்தில் கால்நடைகள் - வீரம் இரண்டிற்கும் இருக்கும் நேரடித் தொடர்பிலிருந்து இதைப் புரிந்துகொள்ள முடியும். மனிதர்களின் வீரம் ஆதிக்கத்துடன் தொடர்பிலிருக்கும் ஓர் உணர்வு. புகழ்பெற்ற 2017 ஜல்லிக்கட்டுப் போராட்டம் கூட இழந்த கலாச்சாரப் பெருமிதத்தை மீட்டெடுப்பதற்கான போராட்டமாகவே இன்றுவரை பார்க்கப்படுகிறது. வீரம், பண்பாடு போன்ற பதங்களே பெரும்பாலான இளம் தலைமுறையினரை வீதிகளை நோக்கி - உண்மையில் கடற்கரையை நோக்கி - வரவைத்தன.

இழந்துவிட்ட பொன்னுலக மகிமையின் ஒரு பகுதியாக மெய்நிகர் உலகில் காணக்கூடிய மற்றொரு சுவாரஸ்யமான வாதம் பூர்வீகப் பயிர்கள். உலகெங்கிலும் நுகரப்படும் மிகவும் பிரபலமான பழங்களில் ஒன்றைப் பற்றி நாம் பேசலாம் - வாழைப்பழம்! ஏனென்றால் வாழை மரத்தை மனிதர்கள் வளர்க்க ஆரம்பித்ததும் சுவாரசியமான கதைதான்.

தமிழ்ப் பண்பாட்டின் பிரதான பழங்களில் ஒன்று வாழைப்பழம். மா, பலா, வாழை எனும் பிரபலமான சொற்றொடர், தமிழ்ப் பேசும் மக்களிடையே வாழை மரம் தமிழ் நிலத்தின் மரம் என்றும் வாழைப்பழம் தமிழ் உணவின் ஒரு பகுதி என்றும் உறுதியாக நம்புவதற்கு ஏற்றதாக இருக்கிறது. வாழைப்பழம் தமிழ் உணவின் ஒரு பகுதி என்ற கருத்தில் எந்தச் சிக்கலும் இல்லை, ஆனால் எந்தக் காலம் முதல் என்பதில்தான் அடிப்படையான சிக்கல் இருக்கிறது.

வாழைப்பழத்தைப் பற்றிய வசீகரமான உண்மை என்னவென்றால், ஆஸ்ட்ரோனேசியர்களின் வருகைக்கு முன்னர் பப்புவா நியூ கினியாவில் முதன்முதலில் அது பயிரிடப்பட்டது. பின்னர், ஆஸ்ட்ரோனேசியர்கள் வாழைப் பயிரிடலைத் தென்கிழக்கு ஆசியா முழுவதும் எடுத்துச் சென்றனர். பின்னர் தமிழ்ப் பேசும் மக்கள் உட்பட பல தென்கிழக்கு ஆசியர்களின் பிரதான உணவின் ஒரு பகுதியாக வாழை மாறியது. வாழைப்பழம் என்பது தமிழ் உணவின் ஒரு பகுதி மட்டுமல்ல, பண்பாட்டு விழுமியங்களிலும் நேரடியான பங்கேற்பைச் செய்கிறது, குறிப்பாக விழாக்கள், திருமணங்கள், பக்தி நிகழ்வுகள் என்று சொல்லலாம்.

வரலாற்றின் காலவரிசையில், பசிஃபிக் தீவுக்கூட்டம் ஒன்றின் காடுகளில் வளர்க்கப்பட்ட காட்டு மூசா தாவரம் ஆஸ்ட்ரோனேசியர்களின் வருகைக்காகக் காத்திருந்தது. பின்னர் பண்பாட்டு முக்கியத்துவத்தை அடைய ஜாக்ரோஸ் மலைகளிலிருந்து கிட்டத்தட்ட 7000 மைல்கள் பயணித்து கிழக்கு ஆசியாவுக்கும் பின்னாளில் தென்னிந்தியாவிற்கும் குடிபெயர்ந்து ஒரு குழுவினருக்குப் பிரதான உணவின் பகுதியாக மாறியது. எனவே, வாழைப்பழத்தின் புனிதம் பற்றிய கருத்தாக்கத்தில் பற்று கொள்ள வேண்டியிருந்தால், வாழைப்பழத்தை உண்பதைத் தமிழர்கள் நிறுத்திக்கொள்ள வேண்டியிருக்கும்.

தமிழ் அடையாளத்தின் அடிப்படையாகக் கருதப்படும் மற்றொரு பிரபலமான தாவரத்துக்கும் இதே வாதம் பொருந்திப்போகிறது. போரஸஸ் அல்லது பனை மரம். பனை தமிழ்நாடு அரசின் உத்தியோகப்பூர்வ மரமாகும், தமிழ் மக்களுக்கான தெய்வீக மரமாகவும் கருதப்படுகிறது. பனையின் பூர்வீகம் ஆப்பிரிக்காவின் வெப்ப மண்டல நிலம். ஆப்பிரிக்கா - இந்தியாவுக்கு இடையேயான நீர்வழிப் பாதையில் ஆசியாவுக்குக் கொண்டுவரப்பட்டு இந்தியத் துணைக் கண்டத்தில் குடியேறியது என்று வரலாற்று, மரபணு ஆய்வுகள் தெரிவிக்கின்றன (pipatchartlearnwong,et.al).

தமிழ் அடையாளத்தைக் காப்பதற்கான வழிகளில் ஒன்று பூர்வீக இனங்களைப் பாதுகாத்தல் என்ற கருத்தைத் தமிழ்ச் சமூகத்தில் பரவலாகக் கேட்க முடியும். நாட்டு மாடுகள், பனை மரம் என்று அழியும் நிலையில் இருக்கும் எந்தவோர் உயிரினத்தையும் பாதுகாப்பது காலநிலை மாற்றத்திற்கு எதிரான போராட்டத்தின் ஒரு பகுதியாகும். ஆனால், அதைத் தமிழ் அடையாளத்துடன் இணைப்பது பொருத்தமானதாக

இருக்காது. மாறாக, அதை ஆப்பிரிக்க அடையாளத்துடனே இணைத்துப் பார்க்க முடியும் (குறிப்பாக துணை - சஹாரா அடையாளமாகப் பார்க்க வேண்டியிருக்கலாம்).

3.

பெருமிதம் அல்லது மகிமை எப்போதும் பரிணாம வெளியின் எல்லையைக் குறுக்கும் பணியை மட்டுமே செய்யும். வளர்ச்சியின் எல்லைகள் பன்முகத்தன்மை வடிவிலே இயங்கும். பன்முகத்தன்மை இயற்கையின் ஒழுங்காக இருக்கிறது அல்லது பன்முகத்தன்மையின் தேர்வுகளைக் கொண்டே உலகம் தன்னை உருவாக்கிக்கொண்டு இன்றுவரை விரிவடைந்துகொண்டே செல்கிறது.

இயந்திரமய உலகில் உருவான போக்குவரத்து இயந்திரங்கள் மனிதர்களையும் தானியங்களையும் கால்நடைகளையும் உலகின் அனைத்துப் பகுதிகளுக்கும் கொண்டுசெல்லும் பணியை விரைவாக்கியது. உலகமயமாக்கல், பொருள்முதல்வாதக் கூறுகளின் தொடர்புகளை இதற்கு முன்னான நூற்றாண்டுகளைவிட இருபத்து ஒன்றாம் நூற்றாண்டில் மிகவும் எளிமையாக்கியிருக்கிறது. எடுத்துக்காட்டாக, பத்தொன்பதாம் நூற்றாண்டில் அல்லது இருபதாம் நூற்றாண்டின் தொடக்கத்தில் ஒரு தமிழர் மொஸரெல்லா பாலாடைக் கட்டிமீது பெருவிருப்பம் கொண்டிருந்தால், அதைத் தெற்கு இத்தாலியில்தான் சுவைப்பேன் என்று விரும்பினால் குறைந்தது இரண்டு அல்லது மூன்று மாதங்கள் ஆகலாம். ஆனால், இன்று அதே விருப்பத்தை இருபத்துநான்கு மணிநேரத்தில் நிறைவேற்றலாம் அல்லது அதே தெற்கு இத்தாலிய மொஸரெல்லாவை இந்தியப் பல்பொருள் அங்காடிகளிலேயே பெற முடியும்.

பயிர்கள், கால்நடைகள், உணவுகள், மனிதர்கள், பண்பாடுகள் ஆகியவற்றின் நகர்வு அல்லது புலம்பெயர்வு என்பது பொன்னுலகமான இறந்த காலத்தைவிடத் தற்போதைய நூற்றாண்டுகளில் மிகவும் எளிதாக நடந்தேறுகிறது. இயற்கையான புலம்பெயர்வுக்கு மாறான இந்த விரைவான புலம்பெயர்வுகள் நமக்கு முடிவற்ற அச்சத்தைக் கொடுக்கின்றன. ஆனால், அறிவியல் இதற்கு எதிரான பதிலையே அளிக்கிறது. மருத்துவ அறிவியலின் வளர்ச்சி மனிதர்களின் வாழ்நாளை அதிகமாக்கியிருக்கிறது.

பழைமை மீதான ஏக்கம் இன்னொரு வகையில் மனிதர்களில் பிரதிபலிக்கிறது, அது நாம் சந்திக்கும் பிரச்சினைகளுக்கான தீர்வுகள்.

எடுத்துக்காட்டாக, கட்டுரையின் தொடக்கத்தில் எழுதியதைப் போல், கோவிட் 19 தொற்றுக்குத் தீர்வாகப் பாரம்பரிய வைத்தியமுறை அல்லது உணவு சார்ந்த சிகிச்சை முறை முன்வைக்கப்படுகிறது.

இஞ்சி, எலுமிச்சை, மஞ்சள் கலந்த குடிநீரைத் தீர்வாகப் பார்ப்பது எளிமையானதாகத் தோன்றலாம். அதுவே குழாய்கள் மாட்டப்பட்டு அவசர சிகிச்சையில் இருக்கும் காட்சி அதிகம் அச்சமூட்டுவதாக இருக்கிறது.

மனிதர்கள் எப்போதும் தங்கள் கேள்விகளுக்கு எளிதான தீர்வுகளையும் பதில்களையுமே விரும்புகிறார்கள். மெய்நிகர் வெளியின் எளிமையான தீர்வுகள், நாம் உண்மை என்று நம்புவதை உறுதிப்படுத்திக்கொள்வதற்கான சார்பான ஆதாரங்களை நோக்கியே நம்மை இயக்குகின்றன. இதை 'உறுதிப்படுத்தல் சாய்வு' என்று உளவியல் சொல்கிறது. இதைத்தான் பெரும்பான்மையான நேரங்களில் நம்மை அறியாமல் இணைய வெளியில் செய்ய எத்தனிக்கிறோம். உறுதிப்படுத்தல் சாய்வே இத்தகைய பொன்னுலகக் கதைகள் மெய்நிகர் உலகில் பரவுவதற்குக் காரணமாக அமைந்துவிடுகிறது.

மனிதர்களை இணைக்கவும், வாழ்வு முறையை மேலும் ஜனநாயகமாக்கவும் அனைத்துவிதத் தொழில்நுட்பச் சாத்தியங்களுடன் தொடங்கிய இந்தப் புதிய நூற்றாண்டு, அதைச் செய்யாது தன்னிடம் இருக்கும் தொழில்நுட்பச் சாத்தியங்களைக் கொண்டு மனிதர்களைத் தனிமையானவர்களாய் மாற்றி, சிந்தனை வெளிகளின் எல்லையை மிகவும் சுருக்கியிருக்கிறது. இத்தனிமை மெய்நிகர் வெளியில் நம் இருப்பை நிரூபிக்க வேண்டிய கட்டாயத்துக்குத் தள்ள, அதன்மூலம் நம்மிலிருந்து மேலும் அதிகப்படியான தரவுகளை உறிஞ்சும் வேலைகளைச் செயற்கை நுண்ணறிவு வழிமுறைகள் சிறப்பாகச் செய்கின்றன. அதுவே அபத்தப் பெருமிதங்கள் நிரம்பிய போலிச் செய்திகளையும் சதிக்கோட்பாடுகளையும் நோக்கி இழுக்கின்றன. இதன் ஒருபகுதியாக இழந்துவிட்ட ஆரோக்கியமான பொன்னுலக உணவு முறை மீதான ஏக்கமும் வெளிப்படுகிறது.

இழந்துவிட்ட பொன்னுலக உணவுகள் குறித்த கவலை தோய்ந்த குரல்களை, நம் இன்றைய மனித வாழ்வின் அனைத்து நிலையிலும் ஆதிக்கம் செலுத்தும் முதலாளித்துவத்துக்கு எதிரான குரலாகவும் நிச்சயம் கருதலாம். எடுத்துக்காட்டாக, மரபணு மாற்றுத் தானியங்கள், இரசாயன உரங்கள், அணு ஆற்றல் போன்று வரிசைப்படுத்தலாம். மேலும், உபரி மீது பேராசை கொண்ட முதலாளித்துவ உணவுகளின் தீமைகள், இதனால்

உருவாகிவரும் நோய்கள் அல்லது காலநிலை மாற்றங்கள் நமது இருப்பை அச்சுறுத்துகின்றன. உபரி மீதும் மூலதனம் மீதும் வேட்கை கொண்ட, ஏதோ ஒருவகையில் நிலப்பிரபுத்துவ விழுமியங்களைக் கொண்ட கூட்டு முதலாளித்துவம் குறித்து ஃபிரெட்ரிக் ஏங்கல்ஸ், கார்ல் மார்க்ஸ், ரோசா லக்சம்பர்க், அன்டோனியோ கிராம்ஸி ஆகியோர் தொடங்கி டேவிட் கிரேபர், யானிஸ் வருஃபாகிஸ், எஸ்தர் டஃப்லோ, தாமஸ் பிகெட்டி என சமீபத்திய ஆளுமைகள் வரை தொடர்ந்து விவாதித்துக்கொண்டிருக்கின்றனர்.

மூலதனப் பொருளாதாரம் குறித்த அபத்தங்களுக்குத் தீர்வு, நிலப்பிரபுத்துவ வாழ்க்கை முறைக்குச் செல்வது அல்லது இழந்துவிட்ட பொன்னுலகை மீட்டெடுப்பது. இப்படி மீட்டெடுக்கப்படும் வாழ்க்கை இந்தியச் சமூகத்தில் சமத்துவமற்றச் சாதியச் சமூகமாகத்தான் முடியும். வறுமை, பஞ்சம், பட்டினி, முடிவடையாப் போர்கள், அதிகரிக்கும் ஏற்றத்தாழ்வுகள், காலநிலை ஆபத்துகள் என்று பலவற்றுக்குக் காரணமான கூட்டு முதலாளித்துவத்தின் இலாப வேட்கைக்குத் தீர்வு சாதியமும் ஏற்றத்தாழ்வுகளும் நிரம்பிய பொன்னுலகம் அல்ல.

மாறாக, விவாதங்கள், உரையாடல்கள் அனைவரையும் உள்ளடக்கிய சமுதாயத்தைப் பற்றியதாக மாற்றமடைய வேண்டும். நிச்சயமாக, எல்லாவற்றுக்கும் ஒற்றைத் தீர்வைத் தேடும் கனவுகளைப் பற்றி ஏக்கம் கொள்ள முடியாது. இயற்கை / செயற்கை நிகழ்வுகள் எதையும் வெள்ளை / கருப்பு என்று முடிவு செய்துவிட முடியாது. எனவே இந்த உரையாடல் 'மனிதர்கள் X மற்றவை' எனும் இரண்டு புள்ளிகளில் சிக்கித் தவிக்கும் முடிவற்ற ஒன்றாகவே முடிகிறது.

இந்தியத் திரைவெளிகள் அருளும் சாகச நீதிகள்

சமகால மனித சமூகங்கள், தண்டனைச் சட்டங்களால் வழிநடத்தப் படுகின்றன. ஒரு சமூகத்தின் அறத்தையும் நீதியையும் முடிவு செய்யும் வலிமை கொண்டவையாக இருக்கும் தண்டனைச் சட்டங்கள் அறத்தையும் நீதியையும் நிலைநிறுத்த வேண்டி, வன்முறையையும் பயத்தையும் மூலதனமாகக் கொண்டு இயங்குகின்றன. தண்டனைச் சட்டங்களால் இயக்கப்படும் மனிதர்களின் இருப்பு என்பதே இந்தச் சட்டங்கள் இயல்பாக உருவாக்கும் பயத்துடனான வாழும் இருப்பாகியிருக்கிறது. சமூகமயமாக்கப்படுத்தலின் ஊடாக, இந்த வன்முறை மற்றும் பயத்தை இயற்கையான சமூகச் செயல்பாடாக நம்பவைக்கப்படுகிறோம்.

சமூகத்தில் நீதியையும் அறத்தையும் உறுதி செய்வதாகச் சொல்லும் தண்டனைச் சட்டங்களுக்கும் நீதிக்கும் அறத்துக்கும் எப்போதும் பாரிய இடைவெளிகளே இருக்கின்றன. இச்சட்டங்கள் இயங்குவதற்கு ஆதாரமாயிருக்கும் நீதித்துறை எனும் அதிகார அமைப்பு, ஃபூக்கோ சொல்வதைப் போன்று, 'தீவுக்கூட்ட'த்தைப் போல் சிக்கலான உபஅமைப்புகளைக் கொண்ட நிறுவனமாகச் செயல்படுகிறது - நீதிமன்றம், சிறை, காவல், கண்காணிப்பு, ராணுவம், உளவுத்துறை முதலியவற்றை எடுத்துக்காட்டுகளாகக் கருதலாம். ஒழுங்குபடுத்தப்பட்ட நெறிமுறைகளின் வழியாக ஒன்றுக்கொன்று இயைந்து செயலாற்றும் நீதி இயந்திரத்தின் 'தீவுக்கூட்ட' அமைப்புகள் அனைத்தும் அதிகார வர்க்கத்தினால் உருவாக்கப்படுகிறது, மறுசீரமைக்கப்படுகிறது அல்லது இயக்கப்படுகிறது. அதனால் அதிகார வர்க்கங்களின் நலன் சார்ந்து இயங்கவே எத்தனிக்கிறது. அதன் காரணமாகவே சட்டங்கள் நீதியிடமிருந்தும் அறத்திடமிருந்தும் வெகுதூரம் விலகி நிற்கின்றன.

உலகமெங்குமிருக்கும் தண்டனைச் சட்டங்கள் அநேகமும் காலனியத்தின் வழி ரோமானியர்களிடமிருந்து இரவல் பெறப்பட்டவை என்பது அனைவரும் அறிந்த ஒன்றே. அரசியலமைப்புச் சட்ட நூல்களின் வரலாறு ரோமானியர்களுக்கு முன்பிருந்தே மனித சமூகங்களில் பரவலாகப் புழக்கத்திலிருந்தாலும், அவை அந்தந்தச் சமூகத்தில் அனைவரும் கட்டாயம் பின்பற்ற வேண்டிய நிறுவனமாக அல்லது ஒரு சமூகத்தின் ஆணிவேராக மாற்றப்பட்டதென்பது ரோமானியர் சிவில் சட்டங்களின் ஊடாக நிகழ்ந்தது. இந்த வரலாற்று நிகழ்வுகளின் நீட்சியாகவே நாம் பின்பற்றும் பல்வேறு தண்டனைச் சட்டங்களும் அதன் ஆதார அமைப்பான நீதித்துறையும் இருக்கின்றன. ஐரோப்பிய மையமாக்கப்பட்ட பின்-காலனிய உலகம், ரோமானியச் சட்டங்களின் ஈரிணைகளைத் (Binary) தாண்டிய மனித இருப்பை யோசிக்க மறுக்கிறது. இந்த ஈரிணைகளைக் கொண்டே மனித இனத்தின் கடைசி சில ஆயிரம் வருடங்களின் வரலாறு அணுகப்படுகிறது. ஆய்வுத்துறைகளான தொல்லியல், மானுடவியலில் கூட இந்த ஈரிணைகளைத் தாண்டிய மனித வரலாற்றைத் தேட முயல்வதில்லை. அப்படித் தாண்டியதாகக் கிடைக்கப்பெறும் தகவல்களும் கூட இந்த பைனரிகளுக்குள்ளே அடைக்கப்படுகின்றன. எடுத்துக்காட்டாக, மனிதர்களின் வரலாறு விவசாயத்தைக் கண்டுபிடித்ததற்குப் பின்னான நாகரிக மனிதர் X விவசாயத்தைக் கண்டுபிடிப்பதற்கு முன்னான தீங்கற்ற காட்டுமிராண்டி எனும் இருமுனைகள் வாயிலாகவே அணுகப்படுகிறது. ஆபிரகாமிய மதங்களிடமிருந்து பைனரி அணுகுமுறையை ஏற்றுக்கொண்ட ரோமானியச் சட்டங்கள் மூலம் மொத்த உலகமும் தன்னை பைனரி அணுகுமுறைக்கு ஒப்புக்கொடுத்திருக்கிறது.

காலனியத்தின் ஊடாக ஏற்றுக்கொள்ளப்பட்டுப் பின்காலனியத் தேசங்களில் வழக்கத்தில் இருக்கும் பல்வேறு சட்டங்கள் நிகழ்காலத்தில் ஐரோப்பிய நாடுகளிலே வழக்கிழந்து போயிருப்பதுவே சட்டத்துக்கும் நீதிக்கும் அறத்துக்கும் இடையேயான இடைவெளியின் அளவீடாகக் கருதலாம். பதினெட்டாம் நூற்றாண்டு ஐரோப்பியப் பங்குச் சந்தைகளில் அதிக இலாபம் தரும் வர்த்தகமாக கினிமேன் எனப்படும் அடிமை கப்பல் நிறுவனங்கள் இருந்தன. இந்த நிறுவனங்களில் முதலீடு செய்து செல்வங்களைச் சேர்த்த ஐரோப்பியர்களின் தற்கால தலைமுறைகள் அல்லது அவர்களால் நடத்தப்படும் நிறுவனங்கள், அடிமை வர்த்தகத்தை முறைப்படுத்தப்பட்ட முதலாளித்துவத் தொழிலாகச் செய்ய முடியாது

என்பது மட்டுமல்ல, black lives matters போன்ற இனவெறிக்கு எதிரான சமூகநீதி இயக்கங்களுக்கும் ஆதரவு கரங்களை நீட்ட வேண்டிய கட்டாயம் இருக்கிறது. அதேபோல் இன்று எந்தவொரு தேசத்தின் சட்டப் புத்தகமும் அடிமை முறையை அங்கீகரிக்கப்பட்ட தொழிலாக, அமைப்பாகக் கொண்டிருக்க முடியாது.

அறம் அல்லது நீதி பல்வேறு நிலைகளில் மனிதர்களின் சமூக அடுக்குகளிலிருந்தும் தேவைகளிலிருந்தும் தானாக உருக்கொள்கின்றன. அதிகார நிறுவனங்களால் உருவாக்கப்பட்டு அதன் நிர்வாகிகளால் நடைமுறைப்படுத்தப்படும் தண்டனை / அரசியல் சட்டங்கள் பல சமயங்களில் நீதிக்கும் அறத்துக்கும் எதிராகவே நிற்கின்றன. பின்பு சமூக - கலாச்சார முன்னெடுப்புகளின் வாயிலாக மனித நீதிக்கும் அறத்துக்கும் இணக்கமான நிலைக்கு வர கட்டாயப்படுத்தப்படுகின்றன. மனிதர்களை அடிமைகளாக வைத்திருப்பது சட்ட நீதியாக இருந்த சமூகங்களில் இன்று அதற்கு எதிரான வலுவான சட்டங்கள் இருக்கின்றன. இன்னும் சொல்லப்போனால் இந்தச் சட்டங்களை நிர்வகிக்கும் அதிகார பீடங்கள், சட்டத்தின் பெயரில் தங்கள் முன்னோர்கள் நிகழ்த்திய வன்முறைகளுக்கும் ஒடுக்குமுறைகளுக்கும் மன்னிப்புக் கோரி தங்கள் மீது இருக்கும் குருதிக் கறையைக் கழுவிக்கொள்கின்றன, அதன் காரணமாகப் புனிதமாகின்றன. கனடா போன்ற சில மேற்கத்தியத் தாராளவாத ஜனநாயக அரசுகள் தானாக முன்வந்து பூர்வகுடிகளிடம் மன்னிப்புக் கோருவதை இதற்கான எடுத்துக்காட்டுகளாகக் கருதலாம்.

1.

அதிகார வர்க்கத்தின் நலன் சார்ந்த 'நீதி' இந்தியச் சமூகத்தில் காலனியத்துக்குப் பின்னான செயற்பாடு அல்ல. இந்தியச் சமூகத்தின் அரசியல் அதிகாரமும் சமூக அதிகாரமும் பல நூறாண்டுகளாக இணைந்தே இயங்குகின்றன - சமூக அதிகாரத்தைக் கொண்டவர்களே இங்கு அரசியல் அதிகாரமும் கொண்டிருக்கின்றனர். அதன் காரணமாகவே சாதிய ஒடுக்குமுறை, பெண்கள் - குழந்தைகளுக்கு எதிரான வன்முறைகளை அரசியல் சட்டங்கள் குற்றம் என்று வரையறை செய்திருந்தாலும், இந்தியச் சமூகத்தில் அவை நாள்தோறும் நிகழும் ஒன்றாக இருக்கின்றன.

இன்றும் ஆதிக்கச் சாதிகளின் வழித்தோன்றல்கள், காட்சி ஊடகம், இணையம் என்று நவீனத் தொழில்நுட்பங்களின் வழியாகவும் தங்கள்

சாதிய ஆதிக்கத்தை நிலைநிறுத்த முயல்வதும் அதை வாழ்வுமுறை என்று பெருமைகொள்வதும் இந்தியச் சமூகத்தில் நீதி அமைப்பு கொண்டிருக்கும் வேடிக்கையான இடத்தை வெளிப்படுத்துகிறது. தேச வரைபடத்தின் அனைத்துத் திசைகளிலும் எந்த வெட்கமுமில்லாமல் சாதிய வன்முறைகள் கட்டவிழ்த்துவிடப்படுகின்றன. கோவிட் பெருந்தொற்றுக் காலத்தில் ஒவ்வொரு பத்து நிமிடங்களுக்கும் ஒரு தலித் - பகுஜன் அல்லது ஆதிவாசி சாதிய வன்முறைக்கு ஆளாக்கப்பட்டதாக அரசின் அதிகாரப்பூர்வ புள்ளிவிவரங்கள் தெரிவிக்கின்றன. உலகளாவிய பேரழிவு நிகழ்வால் கூட இந்தியாவில் சாதிய வன்முறைகளைத் தடுத்து நிறுத்த முடியாமல் போனது அதிர்ச்சியான ஒன்று அல்ல.

எவ்வாறாயினும், ஆதிக்கச் சாதியினரின் பொதுவான கருத்து என்னவென்றால், சாதி என்பது கடந்த காலத்தின் கதை. சாதிச் சான்றிதழ்கள் ஒழிக்கப்பட வேண்டும்; சமூகநீதித் திட்டங்கள் இந்தியத் திறமைகளைப் புறந்தள்ளுகின்றன. எனவே அவை ஒழிக்கப்பட வேண்டும் - அதாவது சில ஆயிரம் ஆண்டுகளாகப் பெரும் பகுதி மக்களைக் கல்வி அறிவற்றவர்களாக, நிலமற்றவர்களாக, தீண்டத்தகாதவர்களாக வைத்திருந்ததின் திறமை அங்கீகரிக்கப்பட வேண்டும். சாதியத்தின் அனைத்துச் சலுகைகளையும் அனுபவிக்கும், சாதியப் படிநிலைகளை வாழ்க்கை முறையாக நம்பும் தற்கால ஆதிக்கச் சாதி இளைய தலைமுறை, மேற்கத்தியத் தாராளவாத குடியாட்சிகளைப் போல், தங்கள் முன்னோர்களின் குற்றங்களுக்குத் தார்மீக மன்னிப்பைக் கேட்கக் கூட தயாரில்லை. மேலும், ஒரு சமூகமாக இந்தியக் குடியாட்சியில் சாதியின் அனுகூலங்கள் அனைத்து அமைப்புகளிலும் தீவிரமாகச் செயல்புரிகின்றன. இதில் தண்டனைச் சட்டங்களைக் கொண்டு நீதி வழங்கும் நீதித்துறையின் அனைத்துத் 'தீவுக்கூட்ட' அமைப்புகளும் அடங்கும். குறிப்பிட்டுச் சொல்ல வேண்டுமெனில், இந்திய நீதித்துறையின் தலைமைப் பீடமான உச்சநீதிமன்றத்தில் இதுவரை ஒரு தொல்குடி கூட நீதிபதியாகப் பதவி வகிக்கவில்லை. 1980கள் வரையான காலகட்டத்தில், அதாவது இந்தியா விடுதலை அடைந்து முப்பது ஆண்டுகள் வரை, பிற்படுத்தப்பட்ட அல்லது பட்டியல் வகுப்பிலிருந்து ஒருவர் கூட உச்சநீதிமன்ற நீதிபதியாக இல்லை. மேலும் இதுநாள்வரையான கணக்கெடுப்பின்படி 30 சதத்துக்கும் அதிகமான உச்சநீதிமன்ற தலைமை நீதிபதிகள் பிராமணரே.

2.

சமூகத்தின் மீட்பராக இருப்பதில் இந்தியத் திரைத்துறைக்கு எப்போதும் பெரு விருப்பமிருக்கிறது. அநேகமான மைய நீரோட்ட இந்தியத் திரைப்படங்களின் நாயகர்கள் மீட்பர்களாக அவதாரம் கொண்டு தீமையிடமிருந்து தேசத்தை, மக்களை, குடும்பத்தை, காதலை அல்லது ஏதோ ஒன்றை வன்முறையை ஆயுதமாகக் கொண்டு மீட்டுக்கொண்டே இருக்கின்றனர். இந்தியத் திரைப்படங்களின் வரலாறு ஆரம்பித்த காலந்தொட்டு இரண்டாயிரத்தின் முதல் பத்து அல்லது பதினைந்து வருடங்கள் வரையிலும் கூட, காக்கி அல்லது அடர் பச்சை நிறச் சீருடைகளைத் தரித்த பெரும்பான்மையான இந்த மீட்பர்கள் சமீப காலத்தில் கருப்பு அங்கி அணிய ஆரம்பித்திருக்கின்றனர். 'பிங்க்' (ஹிந்தி), 'ஜெய்பீம்' (தமிழ்), 'ஜன கன மன' (மலையாளம்) போன்ற திரைப்படங்களை எடுத்துக்காட்டுகளாகக் கருதலாம்.

காவல் நிறுவனத்திடமிருந்த மீட்பர் அடையாளத்தைப் பறித்து வழக்காடு மன்றத்திடம் கொடுத்திருக்கின்றனர் சமகால இந்தியத் திரைத்துறை கதைசொல்லிகள். இன்றுவரை தனது பல்வேறு நடைமுறைகளிலும் காலனிய மரபுகளைப் பின்பற்றும் இந்திய வழக்காடு மன்றங்களையே இந்தச் சமூகத்தில் நடக்கும் அனைத்துத் தீமைகளுக்கும் தீர்வைத் தரும் வல்லமை பொருந்திய நிறுவனங்களாகச் சமீபத்திய இந்தியத் திரைத்துறைகள் முன்வைக்கின்றன.

2016இல் சென்னை, கொல்கத்தா மற்றும் மும்பை உயர் நீதிமன்றங்களின் பெயர்களை மாற்றும் முடிவை ஒன்றிய அரசு எடுத்தபோது வழக்கறிஞர் சஞ்ஜோய் கோஸ், "உயர் நீதிமன்றங்களின் பெயர்களை மாற்றுவது மட்டும் நமது சட்ட அமைப்பின் காலனித்துவ பாரம்பரியத்தை உடைக்காது" எனும் கட்டுரையை எழுதினார். அதில், 'மை லார்ட்', கோடைக்கால விடுமுறை, வழக்கறிஞர்கள், கருப்பு அங்கி என்று இன்றும் நடைமுறையில் இருக்கும் மரபுகளைப் பட்டியலிட்டு, "நீதித்துறையில் இருக்கும் காலனிய எச்சங்களை மாற்றாமல் உண்மையான ஜனநாயக மாண்பை அடைந்துவிட முடியாது" என்கிறார்.

மராத்தியில் வெளியான 'கோர்ட்' எனும் திரைப்படத்தைத் தவிர்த்து இந்தியாவில் நீதி அமைப்பினை விமர்சன ரீதியாக அணுகிய திரைப்படங்கள் எதுவும் இல்லை. இந்திய வழக்காடு மன்றங்கள் குறித்த பெரும்பாலான

திரைப்படங்கள் தனிநபர் சாகசங்களாக நிறைவு பெறுகின்றன. அவையும் நலிந்தோருக்கு நீதியைப் பெற்றுத்தரும் மீட்பர் கதையாகவே முடிவு பெறுகின்றன. 'ஜெய்பீம்' திரைப்படம் குறித்த கட்டுரையில் பேராசிரியர் டி.தருமராஜ், 'நலிந்தவர்களை ஈடேற்றும் போதை' எனும் பதத்தைத் தலைப்பாகப் பயன்படுத்தியிருப்பார். அந்தப் பதத்தை விளக்குபவையாகவே இந்திய நீதியியல் சினிமாக்கள் இருக்கின்றன.

எளியவர்களுக்கு நீதியைப் பெற்றுத் தரும் இந்தச் சாகச கதையாடல்களின் நீதிபதிகள் கதையின் பாத்திரங்களாக இல்லாமல் திரை வெளியினை நிரப்பும் திடப்பொருட்களில் ஒன்றாகவே வருகிறார்கள். அவர்களுக்கும் திரையில் நிகழும் நீதிப் போராட்டத்துக்கும் எந்தத் தொடர்பையும் திரைக்கதைகள் உருவாக்குவதில்லை. அதற்கு முக்கியக் காரணம், இந்தியத் திரை வெளிகள் புராண காலத்து 'அப்பாவி - பாவி' நீதிக் கதைகளாக மனித உணர்ச்சிகளைத் தூண்டுவதன் மூலம் நிகழும் விளையாட்டுகளாகவே இருக்கின்றன.

இதில், விளையாட்டு நிகழும் களமான அமைப்புக் குறித்து எந்தக் கேள்வியும் எழுப்பத் தேவையில்லை. காரணம், விளையாட்டின் நோக்கம் பார்வையாளர்களின் கண்ணீரே தவிர சமூக அமைப்பில் இயங்கும் பலம் பொருந்திய நிறுவனத்தைக் கேள்வி கேட்பது அல்ல. இந்த நீதி விளையாட்டில் பாவி பாத்திரத்தைக் காவல் நிறுவனத்துக்கு வழங்குவதில் கதைசொல்லிக்குப் பெரிய சிரமங்கள் இருப்பதில்லை. பொதுப் புத்தியில் காவல் நிறுவனம் மீது இருக்கும் அல்லது பழக்கப்பட்ட செய்திகளில் ஒன்றாக இருக்கும் காவல் வன்முறைகளைக் கொண்டு எளிதில் உருவாக்கிவிடலாம்.

சமகால அரசியல் நிலைமைகளின் தாக்கங்கள் குறித்து நேரடியாகப் பேசிய 'ஜன கன மன' போன்ற படங்களில் கூட இந்திய நீதி நிறுவனம் மீது எந்த விமர்சனமும் வைக்கப்படவில்லை. மாறாக, சமகாலத்தில் நிகழும் அநீதிகளுக்குத் தீர்வாக இந்திய நீதி நிறுவனம் முன்வைக்கப்படுகிறது.

'கடைசி விவசாயி' போன்ற திரைப்படங்கள் ஒருபடி மேலே சென்று நீதி அமைப்பை அல்லது அந்த அமைப்பின் அடையாளமான நீதிபதியைக் கருணையின் வடிவமாக முன்வைக்கின்றன. கருப்பு அங்கி தரித்த நீதியின் தேவ தூதுவர்கள் எளிய அல்லது பாதிக்கப்பட்ட மக்களுக்கு நீதி மழை பொழிவதைத் திரையில் காணும் பார்வையாளர்கள், பெரும் உணர்ச்சித் ததும்பலில் உடல் சிலிர்க்க ஆரவாரம் செய்து கொண்டாடுகின்றனர். இது நீதியின் வெற்றி என்பதாக இல்லாமல் ஒரு சாகச விளையாட்டின் வெற்றி

என்பதாகவே நிறைவு பெறுகிறது. இந்தத் திரைப்படங்கள் ஈடேற்றும் போதை மட்டைப்பந்து அல்லது கால்பந்தாட்டத்தின் முடிவு கொடுக்கும் பெரும் உணர்ச்சிக்கு ஒப்பானதாகவே இருக்கிறது.

காவல் நிறுவன வன்முறைகளைச் சாடும் இத்திரைப்படங்கள், காவல் அமைப்புக் குறித்து முன்வைக்கும் அடிப்படை கேள்விகளைக் கூட நீதி நிறுவனங்கள் மீது முன்வைக்க விரும்புவதில்லை. காவல் படுகொலைகளைக் கேள்வி எழுப்பிய 'விசாரணை', 'ஜன கன மன' போன்ற படங்கள் கூட நீதி நிறுவனங்களில் நிகழும் தவறான தீர்ப்புகள் குறித்தோ அதற்கான சமூகவியல், அரசியல் காரணங்கள் குறித்தோ எந்தக் கேள்வியையும் எழுப்புவதில்லை. தவறான தீர்ப்புகளுக்கான நஷ்டஈட்டை உறுதி செய்யும் சரத்து 32 மீதான நாடாளுமன்ற விவாதத்தில் பாபாசாகேப் அம்பேத்கர், "நமது அரசியலமைப்பில் இருக்கிற சட்டங்களிலே மிகவும் முக்கியமானது என்று இந்தச் சரத்தைத்தான் கூறுவேன். காரணம், இந்தச் சட்டம் இந்தியக் குடியாட்சியின் ஆன்மாவைத் தாங்கியிருக்கிறது" என்றார். ஒரு மனிதரைத் தவறான தீர்ப்பின் மூலம் தண்டனைக்கு ஆட்படுத்துவதென்பது மனித உரிமையற்றச் செயலாகும். சரத்து 32 முன்வைக்கும் தீர்வு எந்த அளவிலும் தண்டனைக்கு உள்ளானவர் இழந்த வாழ்க்கையை மீட்டுக் கொடுத்துவிட முடியாது என்றாலும், குறைந்தபட்சம் இச்சட்டம் எந்த அளவில் நடைமுறையில் இருக்கிறது என்பதே பெரும் கேள்வி. இந்திய நீதி அமைப்பிலிருந்து தப்பித்து வெளியேறும் ஒருவர் தனக்கு இழைக்கப்பட்ட அநீதியை எதிர்த்து மீண்டும் நீதி அமைப்பை நாடிச் செல்வது என்பது வெகு அரிதான ஒன்று. அதற்கு மிக முக்கியக் காரணம், இந்திய நீதி அமைப்பில் இயல்பாக வெளிப்படும் காலனிய மரபுகளின் நீட்சி. அவை எளிய மனிதர்களை அதிகாரம் பொருந்திய நீதி நிறுவனத்தின் முன் அடையாளம் இல்லாத ஒரு துகளாக மாற்றிவிடுகின்றன.

நடைமுறையில் இருக்கும் சட்டங்களைக் கொண்டு மேற்கொள்ள வேண்டிய விமர்சனபூர்வ அணுகுமுறையே இல்லாத சூழலில், ஒட்டுமொத்த நீதியமைப்பின் மீது அரசியல் அல்லது கலை வடிவிலான விமர்சனம் என்பது வெகு அரிதாக மாறிவிடுகிறது. இந்தச் சிக்கல் திரைக்கதை ஆசிரியர்களைத் தாண்டி, நம் சமூக அமைப்பிலே இயல்பாக இருப்பதால் அதுவே இந்தியத் திரை வெளிகளிலும் வெளிப்படுகிறது.

இந்திய நீதித்துறையில் இதுகாலம் வழங்கிய தவறான தீர்ப்புகள் குறித்த ஆய்வுக் கட்டுரைகளில் கூட அதிகப்படியான தரவுகள் வெளிப்பட வில்லை. அங்கொன்றும் இங்கொன்றுமாகப் பொது வெளியில் பேசப்பட்ட தீர்ப்புகளைப் பட்டியலிட்டே இந்த ஆய்வுகள் நிகழ்ந்துள்ளன. நீதி அமைப்பு பற்றிய ஆய்வுப் புலங்களே இப்படி இருக்கும்போது சமூக பொது மனநிலையும், அதிலிருந்து வெளிப்படும் படைப்புகளும் நீதி நிறுவனங்களை விமர்சனமின்றி ஏற்பது மட்டுமல்லாது சமூகத்தில் நிகழும் சிக்கல்கள் அனைத்திற்கும் தீர்வு நல்கும் அமைப்பாகக் கருதுவதில் எந்த அதிர்ச்சியும் இருக்க முடியாது.

இந்தியத் திரைப்படங்களின் இந்தப் பொதுக் கருத்தோட்டத்திலிருந்து விலகி குறைந்தபட்சம் தனது வன்முறை திரைக்கதைக்கான கருவியாக நீதி அமைப்பை, அதில் இயங்கும் சாதியத்தைக் கேள்வி எழுப்பிய சமீபத்திய திரைப்படமாக 'சாணிக் காயிதம்' இருக்கிறது.

பொதுப் புத்தியின் இயல்பாக வெளிப்படும் இந்த மீட்பர் கதையாடல்கள், நடைமுறையில் இருக்கும் அமைப்பில் எந்தச் சிக்கல் எழுந்தாலும் அதற்கான தீர்வை இதே அமைப்பில் இருக்கும் ஒரு நிறுவனத்திடம் பெற்றுக்கொள்ளலாம் எனும் நம்பிக்கையை மனிதர்களிடம் வலுக்கட்டாயமாகத் திணிக்கிறது. அதனால் இந்த அமைப்புகளைக் குறைந்தபட்ச விமர்சனத்துடன் அணுகி அதன் சீரமைப்புக்கு வழிவகை செய்யும் மிகச் சாதாரண சமூக இயக்கங்கள் கூட நிகழாமலே இருக்கின்றன. அது இந்த அமைப்புகளை மேலும் இறுக்கமானதாகவும் அதிகாரத்துடன் இயைந்து இயங்கக்கூடியதுமான வழியைத் தோற்றுவிக்கிறது.

செயற்கை நுண்ணறிவு இயந்திரங்கள்: வெறுப்பை ஜனநாயகப்படுத்தும் அழகியல்!

பெருந்தொற்றுக் குறித்த செய்தி என்னை வந்து சேர்ந்தபோது, நான் எனது சீனப் பயணத்திற்குத் தீவிரமாகத் தயாராகிக்கொண்டிருந்தேன். ஒருவேளை பெருந்தொற்று என்ற ஒன்று இல்லாமல் போயிருந்தால், நான் இந்தப் பிரதியைப் பெய்ஜிங்கிலிருந்து எழுதியிருக்கக்கூடும். அந்த நேரத்தில் அது பெருந்தொற்றாக உருவாகியிருக்கவில்லை. மாறாக, சில நூறு மனிதர்களிடம் நிமோனியா போன்ற விளைவுகளை ஏற்படுத்தும் யாரும் அறியாத கிருமியாக, தொலைதூரச் செய்தியாக இருந்தது.

கோவிட்-19 பெருந்தொற்று நான் வாழ்ந்த நகரத்தை வந்தடைய மூன்று மாதங்களானது. உலக சுகாதார நிறுவனம் அதைத் தொற்றுநோயாக அறிவித்த அந்த இரவில் நண்பர் ஒருவர் பின்வரும் வாட்சப் செய்தியை அனுப்பியிருந்தார்:

"நாம் அனைவரும் வீடு திரும்பும் நேரம் வந்துவிட்டது. பிரிந்து கிடக்கும் மனித இனம், 'மனிதர்' எனும் ஒற்றை அடையாளத்தின் கீழ் ஒன்றிணையும் அற்புதமான சூழலைக் கண்களுக்குப் புலப்படாத சிறிய கிருமி உருவாக்கியிருக்கிறது."

1.

மார்ச் 2019க்குப் பிறகு மனித இருப்பு சிக்கலானதாகவும், இதுவரை இல்லாத அளவில் மெய்நிகரானதாகவும் மாறியது. கோவிட் -19 பற்றிய செய்திகள் இணையம் மற்றும் தொலைக்காட்சித் திரைகளை நிரப்பின. போலிச் செய்திகளைப் பற்றிய முந்தைய கட்டுரையில் குறிப்பிட்டது போல, கோவிட்-19 பெருந்தொற்று இணைய வெளியில் பல இலட்சம் திடீர் மருத்துவ அறிஞர்களையும், நோய்த் தொற்று ஆய்வாளர்களையும், புவிசார் அரசியல் வல்லுநர்களையும், உயர் ஆற்றல் இயற்பியல் மேதைகளையும், பொருளாதார மேதைகளையும், வரலாற்று ஆய்வாளர்களையும் காளான்கள் போல் ஒரே இரவில் தோற்றுவித்தது.

அப்படித் தோன்றிய காளான் வல்லுநர்களில் பலர் இணையவெளி முழுவதிலும் வெறுப்பின் கதைகளை மிதக்கவிட்டார்கள். பெருந்தொற்றின் தொடக்க நாட்களில் மடிக்கணினியும் அலைபேசியும், கோவிட் 19இன் பிறப்பு அடையாளம், தேசிய அடையாளம், மத அடையாளம், உலக சுகாதார நிறுவனத்தின் புவிசார் அரசியல், இலுமினாட்டிகளின் மனித இனத்தின் மீதான போர், உயிரியல் போர், பெருமருந்து நிறுவனங்களின் உபரி மீதான பேராசை (greed for profit) என ஒரு குறுகிய அளவிலான இணையவெளியினை ஆக்கிரமித்திருந்தன - கிட்டத்தட்ட அனைத்துத் தீவிர / மக்கள் நலக் கட்டமைப்புகளும் பேராசிரியர் நோம் சாம்ஸ்கியின் உரையாடல்களைத் தங்கள் சமூக ஊடகங்களில் ஒழுங்கு செய்தன.

இன்றைய பெருந்தொற்று உலகின் சமூகக் கட்டமைப்பைத் தீர்மானிப்பதில் 'வெறுப்பு' முக்கியப் பங்கு வகிக்கிறது. தோல்வியுற்ற வலதுசாரி நிர்வாகிகள் தங்களின் நிர்வாகச் சீர்குலைவுகளை மறைக்கவும், மக்களின் விரக்தியையும் கோபத்தையும் மடைமாற்றவும் ஒரு பொது எதிரி தேவையானதாக இருக்கிறது. அப்படியான பொது எதிரியைச் சமூக அரசியல் இலாபத்துக்காக உருவாக்கி, பரப்பும் பணியை இணையத்தின் மிக முக்கிய அங்கமான சமூக ஊடகங்களும், அதன் செயற்கை நுண்ணறிவு இயந்திரங்களும் செய்கின்றன.

ஆய்வகத்தில் உருவாக்கப்பட்ட வைரஸ், சீன வைரஸ், முஸ்லிம் வைரஸ் (இந்தியாவில்) போன்ற புரளிக் கதைகள் அரசு இயந்திரத்தின் தோல்விகளிலிருந்து வெளிப்பட்டன. இத்தகைய அரசாங்கங்கள் அல்லது தலைவர்கள் தங்கள் அதிகாரத்தைப் பாதுகாக்க 'வெறுப்பைப்'

பயன்படுத்தினர், பயன்படுத்துகின்றனர். நிர்வாகக் கட்டமைப்புகளை நோக்கிக் கேள்வியை / கோபத்தை வெளிப்படுத்துவதற்குப் பதிலாக, கட்டமைக்கப்பட்ட சமூக எதிரி எனும் எளிதான இலக்கை நோக்கி மக்களின் கோபம் / கேள்வி மெய்நிகர் உலகின் வழியாகத் திசை திருப்பப்படுகிறது.

வெறுப்பை ஒரு சுயநலப் பிரச்சினை என்று கூறும் சிக்மண்ட் பிராய்ட், அது மகிழ்ச்சியின் மூலத்தை அழிக்க விரும்பும் நிலை என்று வரையறுத்தார். வெறுப்பு என்பது மனித உணர்ச்சி. மற்ற உணர்ச்சிகளைப் போலவே மனித உடலின் இரசாயனங்கள் ஏற்படுத்தும் உணர்ச்சி மட்டுமல்லாது, அதற்குச் 'சமூகம்' என்ற கூடுதல் காரணியும் உள்ளது. மனிதர்கள் வெறும் சதை, எலும்பு மற்றும் நரம்புகளின் தொகுப்பு அல்ல, மாறாக, சமூக - கலாச்சாரக் காரணிகளால் கட்டப்பட்ட சமூக விலங்கு என்பது நாம் அறிந்ததே.

பிர்கிட்டே ஷெப்லெர்ன் ஜோஹன்சன் எழுதிய 'வெறுப்பைக் கண்டறிதல்: உணர்ச்சிகளின் பொருள் குறித்து' எனும் சுவாரஸ்யமான கட்டுரையில், "உணர்ச்சிகள் நாம் அறிந்த உலகை நமக்கு வெளிக்காட்டுபவை மட்டுமல்ல, நாம் விரும்பும் உலகைக் குறிப்பிடத்தக்கதாக மாற்றும் வல்லமை கொண்டவை" என்று குறிப்பிடுகிறார். வாழ்வில் நிரம்பியிருக்கும் தனிப்பட்ட அனுபவங்களின் நினைவுகளையும் ஒன்றோடொன்று பிணைக்கப்பட்ட நிகழ்வுகளின் தொகுப்புகளுக்கு இடையேயான இருப்பையும் உணர்வுகள் வேறுபடுத்திக் காட்டுகின்றன.

உணர்ச்சிகள் இரசாயனங்கள் உருவாக்கும் இயற்கையான ஒன்று என்றாலும் வெறும் இரசாயன வினைகள் மட்டுமல்ல, அவை சமூகத்தாலும் வடிவமைக்கப்பட்டுகின்றன. ஒவ்வோர் உணர்ச்சிக்குமான தூண்டுதல்கள் சமூகமயமாக்கலின் வழி செலுத்தப்படுகின்றன. சமூகமயமாக்கலின் காரணமாக இயற்கையான இரசாயன வினைகள் மனித இருப்பின் அடிப்படையாக மாறிவிடுகிறது.

மற்ற எல்லா மனித உணர்வுகளையும் போலவே, வெறுப்பும் மனித வாழ்க்கையில் முக்கியப் பங்கு வகிக்கிறது - மகிழ்ச்சி, துக்கம், வேதனை, வெறுப்பு ஆகியவை அன்றாட நிகழ்வுகள். இருப்பினும், மற்ற உணர்ச்சிகளுக்கு மாறாக, வெறுப்பை அன்றாட வெறுப்புகள் (வாழ்க்கை, வேலை, காதல்) என்றும், கருத்தியல் வெறுப்பு (கருத்தாக்கம், கொள்கை) என்றும் வகைப்படுத்தலாம்.

கருத்தியல் அல்லது கொள்கையால் தூண்டப்பட்ட வெறுப்பு சமூகத்திற்கும், வெறுப்பை வெளிப்படுத்தும் தனிநபருக்கும் கடுமையான விளைவுகளை ஏற்படுத்துகிறது. இது ஒரு மனிதனை வெறுப்பது அல்லது அன்றாட நிகழ்வுகளில் ஏதோ ஒன்றை வெறுப்பது அல்ல, மாறாக, கற்பனையான அல்லது உண்மையற்ற ஒன்று உருவாக்கும் உணர்வு. மனித இருப்பு முழுவதும் கற்பனாவாதக் கதைகள் நிரம்பியுள்ளன - மகிழ்ச்சிகரமான சொர்க்கத்தின் கதைகள், சமத்துவ உலகின் கதைகள், தெய்வத்தின் கதைகள், சாத்தானின் கதைகள் மற்றும் பல. ஆனால், அனைத்துக் கொள்கைகளும் அல்லது கருத்தியல்களும் கற்பனாவாத பொன்னுலகம் மீதே உருவாக்கப்பட்டுள்ளன. அப்படியான ஏதோவொரு கருத்தியலின் வழியில் பயணிக்கவே ஒவ்வொரு மனிதரும் பழக்கப்படுத்தப்பட்டுள்ளார்.

பிர்கிட்டே ஷெப்லெர்ன் ஜோஹன்சன் தன் கட்டுரையில் ஒரு சமூகத்தில் வெறுப்பின் துல்லியமான இருப்பிடம் என்ன? வெறுப்பின் தோற்றம் எது? - என வெறுப்பின் வேர்களைப் புரிந்துகொள்ள முயன்றுள்ளார். சமூக வலைதளத்தில் வெளிப்படும் வெறுப்பின் முழுமையான தோற்றுவாயினைப் புவியிடங்காட்டியைக் (GPS) கொண்டு கணக்கிட முடியாது. மாறாக, கூட்டாக ஒரு சமூகத்தின் மீது வெறுப்பை உருவாக்கும் பல்வேறு காரணிகளை நாம் புரிந்துகொள்ள முடியும். குறிப்பாக வெறுப்பின் வழித்தடத்தை அறிந்துகொள்ள இயலும்.

நாஜி படுகொலைகள் குறித்து வெளியான ஜிக்மண்ட் பாமானின் 'மார்டானிட்டி அண்ட் ஹாலோகாஸ்ட்' என்ற புத்தகம் யூதப் படுகொலைகளின் காரணிகளைப் பட்டியலிடுகிறது. வெறுப்பு என்ற ஒற்றை உணர்வு மட்டும் இனப்படுகொலையை நிகழ்த்தவில்லை. அது திட்டமிட்ட - கட்டமைப்புப் பொறிமுறையாக உருவானது என்று கூறும் பாமன், அதற்கு மறைமுகமாகப் பங்களித்த சமூகம் மீதான பொதுமக்களின் அக்கறையின்மைப் பற்றியும் எழுதுகிறார்.

இன்றைய உலகில் இதுவே நடக்கிறது என்று நினைக்கிறேன். திட்டமிட்ட - கட்டமைப்புப் பொறிமுறையால் உருவாக்கப்படும் வெறுப்பை இணையத்தின் ஊடாகப் பெரும்பான்மையான அரசுகள் பரப்புகின்றன. கடந்த ஐயாயிரம் வருட மனித வரலாறு முழுவதும் வெறுப்புப் பிரச்சாரங்களால் நிரம்பியிருக்கிறது. இத்தகைய வெறுப்பு, அதை உற்பத்திச் செய்பவர்களுக்கு அதிகார நலன், பொருளாதார நலன் என்று ஏதோவொரு லாபத்தை அல்லது இரண்டும் உள்ளடக்கிய லாபத்தை கொடுக்கிறது.

வெறுப்பை உற்பத்திச் செய்பவர்கள் சுய நலன்களை மட்டுமே குறிக்கோளாகக் கொண்டு செயற்படுகிறார்கள் என்று முழுமையாகச் சொல்ல முடியாது என்றாலும், பல நேரங்களில் அது லாபத்தை நோக்கியதாகவே இருக்கிறது. சில தருணங்களில் செருக்கு அல்லது கர்வத்தை மட்டும் மையமாகக் கொண்டு இயங்கும் வெறுப்புகளும் இணையத்தை ஆக்கிரமித்திருக்கின்றன. இந்திய சாதிப் பெருமிதங்களை எடுத்துக்காட்டாகக் கருதலாம். ஆனால், சாதிப் பெருமிதங்கள் வெறும் செருக்காக மட்டுமே முடிந்துவிடுவதில்லை. காரணம், இந்தியாவில் சாதி ஒரு சிலருக்கு அனைத்துவித சலுகைகளையும் கொடுக்கிறது - பொருளாதார, சமூக, பண்பாட்டு, அரசியல், அதிகார சலுகைகளைக் குறிப்பிட்டுச் சொல்ல முடியும்.

ஒழுங்கமைக்கப்பட்ட வெறுப்புக் கதைகளை உருவாக்குவதிலும் பரப்புவதிலும் சமூக ஊடகங்கள் முக்கியப் பங்கு வகிக்கின்றன. ஒரு தகவலை யார் 'முதலில்' வெளியிடுவது என்பதிலிருக்கும் போட்டியும், அதிக விருப்பக் குறிகள், பகிர்வுகள் மீதான வேட்கை / போதையும் மனிதர்களைச் சமூகப் பொறுப்பின்றி இணையவெளியில் இயங்க வைக்கிறது. இப்படிப் பொறுப்பைத் துறக்கும் சமூக வெளியென்பது வெறுப்பைத் தூண்டும் இயந்திரங்களின் செயல்பாடுகளை எளிதாக்குகிறது. மேலும், விருப்பக்குறிகள், பகிர்வுகள், சந்தாதாரர்கள் அல்லது பார்வையாளர்களின் எண்ணிக்கை என்பது பணம் ஈட்டுவதற்கான வழியாக மாறும் நிலையில், ஒரு பதிவர் தன் தார்மீகப் பொறுப்புகளை இழந்துவிடுகிறார். எடுத்துக்காட்டாக, சூதாட்ட தளங்கள் அல்லது எளிதில் பணம் சம்பாதிக்கும் வழி குறித்த விளம்பரங்களை எந்த ஆய்வுக்கும் உட்படுத்தாமல் வெளியிட்ட தமிழ்ச் சமூக ஊடக தளங்கள் பலவற்றையும் பட்டியலிடலாம்.

முதலாளித்துவம் உருவாக்கிய தனிநபர் நலனை மட்டுமே சார்ந்த 'சுயம்', புதிய தாராளமயம் மற்றும் கூட்டு முதலாளித்துவத்தின் வருகையுடன் மேலும் குறுகி 'தான்' மட்டும் எனும் தனித்த நிலையில் சுருங்கிவிட்டது. மனித இருப்பை அதிகம் நெருக்கமானதாகவும் கூட்டுறவானதாகவும் மாற்றும் அனைத்துச் சாத்தியங்களையும் கொண்டிருந்த இணையம் மற்றும் சமூக ஊடகங்கள், அதிலிருந்து விலகி விருப்பக் குறிகளும் பகிர்வுகளும் பார்வைகளும் உருவாக்கும் பொருளாதார உபரியையும் தரவுகளின் உபரியையும் தேடி அலைகின்றன. மனித அறிவை ஜனநாயகமயமாக்குவதற்குப் பதிலாக, பல தலைமுறைகளின் கடுமையான

உழைப்பில் கண்டடைந்த அறிவியல் மேன்மைகளை, போலிச் செய்திகள் மற்றும் புரளிகள் மூலம் சிதைக்கும் பணியைச் செய்கின்றன. சமூக ஊடக வெளியின் இந்த அம்சங்கள் வெறுப்புப் பிரச்சாரங்களின் வழியை எளிதாக்குகின்றன. இணையத்தில் உருக்கொள்ளும் வெறுப்பு யாரோ சிலரின் சுய தேவைகளுக்காகச் சமூகத்தில் ஏற்கெனவே இருக்கும் மதம், இனம், சாதி, நிறம், பாலினம், பாலியல், அறிவு வெறுப்புகளை / பிளவுகளை மேலும் வலிமையாக்குகிறது.

2.

அனைத்து விதமான சமூக ஊடகப் பதிவுகளையும் (ட்வீட், புகைப்படம், வீடியோ, மீம்) வெறுப்பரசியலின் கருவிகளாக வரையறுக்கலாம். மெய்நிகர் உலகில் உலாவும் வெறுப்பின் திகிலூட்டும் அழகியல் என்பது அது எப்படி மனிதரின் சிந்தனையை இடைமறிக்கிறது, கேள்விகள் கேட்பதைத் தடுக்கிறது என்பதில் இருக்கிறது. மனித சிந்தனையின் ஆதாரமே கேள்விகள்தாம். ஆனால், இத்தகைய வெறுப்புப் பிரச்சாரங்கள் மனிதர்களின் கேள்வி திறனை வெகுவாகச் சீர்குலைக்கின்றன.

சமூக ஊடகங்களில் பார்க்கும் / வாசிக்கும் / கேட்கும் ஒவ்வொரு பத்துக் கருத்துகளில் ஐந்து அல்லது ஆறு பதிவுகள் வெறுப்புப் பிரச்சாரங்கள் அல்லது புரளிகளாகவே இருக்கின்றன. அதாவது, இந்தியாவில் மக்கள் சமூக ஊடகங்கள் வழியாக அறிந்துகொள்ளும் செய்திகளில் குறைந்தது 40-50% போலிச் செய்திகளாக இருக்கின்றன என்று statista இணையதளம் குறிப்பிடுகிறது. இப்படிப் பரவும் போலிச் செய்திகளின் சிறப்பு என்னவெனில், அதுவே வெறுப்புப் பிரச்சாரத்தின் ஊதுகுழலாக இருக்கிறது. போலிச் செய்தி இல்லாமல் வெறுப்பு வாழ முடியாது, இரண்டும் இணைந்தே இயங்குகின்றன.

பல நேரங்களில் காதல் பற்றிய ஒரு சாதாரண பதிவு அல்லது தற்செயலானதொரு புகைப்படம் கூட வெறுப்பை உமிழ்வதற்கான களங்களாக மாறிவிடுகின்றன. குறிப்பாக, ஒரு பெண் நீச்சல் உடையை அணிந்த புகைப்படத்தைப் பதிவேற்றினால் அந்தப் படத்துக்கு விருப்பக் குறியிடும் அதே நபர், அப்பெண்ணுக்கு ஒழுக்கம் குறித்தோ பண்பாடு குறித்தோ கருத்திடுவார் அல்லது அந்தப் பெண் அவமானப்படுத்தப்படுவார் அல்லது வன்முறையை அச்சுறுத்தல்களை எதிர்கொள்ள நேரிடும்.

சமூக ஊடகத்தில் தங்களுக்குப் பிடித்தமான உணவைப் பகிர்ந்து கொண்டதற்காகக் - குறிப்பாக மாட்டிறைச்சி - கொலை மிரட்டல் விடப்படுகிறது. 21ஆம் நூற்றாண்டில் இந்திய சாதிப் பெருமிதத்தின் வெளிகளாகச் சமூக ஊடகங்கள் இருக்கின்றன. அமெரிக்காவில் இருந்துகொண்டோ அல்லது ஐரோப்பாவிலிருந்தோ சாதியின் பெயரால் மற்ற மனிதர்கள் மீது உங்கள் வெறுப்பை வெளிப்படுத்தலாம், சாதிய ஏற்றத்தாழ்வுகளை வாழ்க்கை முறை என்று கூறலாம். இதே வடிவிலான வெறுப்பை LGBT மக்கள் மீதும் வெளிப்படுத்தலாம். இவை அனைத்துக்கும் நீங்களாக உருவாக்கும் அல்லது எங்கிருந்தோ ஒட்டி வெட்டும் போலிச் செய்தி உதவிகரமாக இருக்கும்.

வெளி உறவுகள் சபையின் வலைப்பதிவில் ஜாக்கரி லாப் எழுதுவது போல், "மெய்நிகர் பயனர்களின் அனுபவங்கள் அவர்களின் ஈடுபாட்டை அதிகரிக்கும் வகையில் வடிவமைக்கப்பட்ட வழிமுறைகள் / விதிமுறைகள் (algorithms) மற்றும் தரவு கட்டமைப்புகளால் (data structures) சமன் செய்யப்படுகின்றன." இந்த வழிமுறைகள் / விதிமுறைகள், அநேக நேரங்களில் அபத்தமான உள்ளடக்கங்களை ஊக்குவிக்கின்றன. சில வலைதள கண்காணிப்புக் குழுக்களின் கூற்றுபடி, சமூக ஊடகக் காணொளிகளில் இருக்கும் தானியங்கி செயலி ஒரு காணொளியின் முடிவில் அதற்குத் தொடர்புடைய மற்றொரு காணொளியை இயக்குவது பல நேரங்களில் தீங்கு விளைவிக்கக் கூடியதாக இருக்கிறது. வால் ஸ்ட்ரீட் சஞ்சிகை அறிக்கையின்படி, இணைய வழிமுறைகள் / விதிமுறைகள் பல நேரங்களில் இணைய பயன்பாட்டாளரைச் சதிக் கோட்பாடுகளை அல்லது பிளவுகளை ஊக்குவிக்கும் காணொளிகளை நோக்கித் தவறாக வழிநடத்துகின்றன அல்லது போலிச் செய்திகள் நிரம்பிய காணொளிகளைப் பார்க்கத் தூண்டுகின்றன.

இணைய வழிமுறைகள் / விதிமுறைகள் நம் நடத்தைகளைத் தீர்மானிக்கும்போது, அவை லாபத்தை மட்டுமே நோக்கமாகக் கொண்டு இயங்கும்போது, பயனாளர் எதைப் பார்க்க / படிக்க விரும்புகிறார் என்பதைக் காட்டிலும் பயனாளர் எந்தத் தகவலைப் பார்த்தால் அதிக உபரியை ஈட்ட முடியும் எனும் நோக்கிலே அவை இயங்கும். அதுவே, இணையத்தைப் பயன்படுத்தும் மனிதர்களின் இருப்பையும் வழிநடத்துகின்றன. இதுவே போலித் தகவல்களைக் கொண்டு வெறுப்பைப் பரப்புவதற்கும், அதன் மூலம் அரசியல், சமூக, பொருளாதார பலன்களை அடைவதற்கும் வழியாக இருக்கின்றன.

சமூக ஊடகத்தில் உலாவும் வெறுப்புப் பிரச்சாரங்களின் குறிப்பிடும் படியான அம்சம் என்னவென்றால், நிர்வாகத்தில் உள்ளவர்கள் சமூக ஊடகங்களை எவ்வாறு பயன்படுத்துகிறார்கள் என்பதுதான். வெறுப்பை உமிழும் அல்லது பொய்யான தகவலைப் பரப்பும் காரணத்துக்காக முன்னாள் அமெரிக்க அதிபர் டொனால்ட் டிரம்ப்பின் ட்விட்டர் கணக்கு முடக்கப்பட்டது. இது அமெரிக்காவுக்கு மட்டுமான பிரச்சினை இல்லை, நிர்வாகத்தில் தோற்றுப்போன ஆட்சியாளர்கள் அனைவரும் பொதுவாகச் செய்கின்ற ஒன்றாக இருக்கிறது. இந்தியாவில் வாட்ஸப்பில் பரப்பப்படும் வெறுப்புச் செய்திகள் தேர்தலில் வெற்றிபெற உதவுகின்றன.

இக்கட்டுரையின் இடையே குறிப்பிட்டுள்ளபடி, சதிக் கோட்பாடுகள், போலிச் செய்திகள், புரளிகள் ஆகியவை வெறுப்பைத் தூண்டவும் பரப்பவும் உதவுகின்றன. மெய்நிகர் உலகம் முழுவதும் பரவியிருக்கும் வெறுப்பு, மனிதர்களின் அடிப்படை உணர்ச்சி மட்டுமல்ல. இவை ஏதோவொரு சித்தாந்தத்தின் மீது கட்டி எழுப்பப்பட்டிருக்கின்றன. இந்த மெய்நிகர் வெறுப்புகள் மனிதர்களின் புறஉலகில் படுகொலைகளாக, வன்முறைகளாக, துவேஷங்களாக, அடக்குமுறைகளாக உருக்கொள்கின்றன.

விளையாட்டுப் போட்டியில் தோல்வியடைந்ததற்காக ஒரு கிரிக்கெட் வீரரின் குழந்தைக்கு அல்லது ஒருவரின் கருத்தியல் / அரசியல் நம்பிக்கைக்கு எதிரான பாத்திரத்தில் நடித்ததற்காக ஒரு திரைப்பட நடிகருக்கு அச்சுறுத்தலை வெளிப்படுத்தும் இடமாகச் சமூக ஊடகங்கள் மாறிவிட்டன - வெறுப்பை ஜனநாயகப்படுத்திய இயந்திரங்களாக மாறிவிட்டன!

சமூக ஊடகங்களால் இயக்கப்பட்ட / உருவாக்கப்பட்ட ஜனநாயக மாற்றங்களின் உதாரணங்களுடன் - வால் ஸ்ட்ரீட் போராட்டம், அரபு வசந்தம், பிளாக் லைஃப் மேட்டர்ஸ் - எதிர்வாதத்தை அணுகலாம். கூகிள், இன்ஸ்டாகிராம், ஃபேஸ்புக் என்று அனைத்து இணைய வெளிகள் மீதும் கடுமையான தாராளவாத விமர்சனத்தை முன்வைத்த 'சோஷியல் டைலெமா' திரைப்படம், அது வெளியான நெட்ஃபிலிக்ஸ் தளம் பற்றி எந்த விமர்சனத்தையும் வைக்காதது குறித்து ஆய்வு செய்யத் தேவையில்லை என்றே நினைக்கிறேன். நெட்ஃபிலிக்ஸைச் சமூக ஊடக வெளியாகக் கருத முடியாது என்றாலும் சமூக ஊடக இயந்திரங்கள் பயன்படுத்தும் அதே வழிமுறைகள் / விதிமுறைகளையே நெட்ஃபிலிக்ஸும் பயன்படுத்துகிறது. இருந்தும் அது பற்றி எந்தவொரு விமர்சனத்தையும் அந்தப் படம்

முன்வைக்கவில்லை. காரணம், அப்படத்தைத் தயாரித்தது / வெளியிட்டது நெட்ஃபிலிக்ஸ்.

உதாரணமாக, சமூக ஊடகங்களில் இந்தக் கட்டுரை வெளியானால் அதிகமான கவனம் பெறாமல் போகலாம். காரணம், 500 வார்த்தைகளுக்கு அதிகமாக எழுதப்படும் பிரதிகளை வாசிக்க நேரத்தை விரயம் செய்ய இணைய பயனாளர் விரும்புவதில்லை என்பதைத் தாண்டி, மெய்நிகர் உலகின் வழிமுறைகள் / விதிமுறைகள் (பெரும் தகவல் தொழில்நுட்ப நிறுவனங்களால்) அப்படித்தான் வடிவமைக்கப்பட்டிருக்கின்றன. ஒரே பதிவை வாசிக்க பார்வையாளர் அதிக நேரத்தைச் செலவிட்டால் மற்ற பதிவுகளைப் பார்க்காமல் / கேட்காமல் / வாசிக்காமல் போகக்கூடும் - மோசமான கட்டுரை ஒன்றை எழுதிவிட்டு, அதைக் குறைவானவர்களே வாசித்ததின் காரணி எனத் தகவல் தொழில்நுட்ப நிறுவனங்களின் வழிமுறைகள் / விதிமுறைகள் துணைக்கு அழைக்கலாம்.

நீங்கள் என்ன வாசிக்க வேண்டும், பார்க்க வேண்டும், கேட்க வேண்டும் என்று சர்வாதிகாரமாகக் கட்டளையிட மாட்டேன். ஆனால், நீங்கள் நுகர வேண்டியதை மட்டுமே நுகரும்படி அதை வடிவமைப்பேன். நீங்கள் ஜனநாயகபூர்வமாக அவற்றைப் பார்க்கலாம், கேட்கலாம், வாசிக்கலாம். இலுமினாட்டி புரளிகள் அல்லது தட்டையான பூமி கதைகள் கோடிக்கணக்கான பார்வையாளர்களை ஈட்டும் அதேசமயம், பெர்னார்டின் எவரிஸ்டோ அல்லது டேவிட் கிரேபர் எழுதிய கட்டுரையைச் சில ஆயிரம் பேர் வாசிக்கக் கூடும்.

மெய்நிகர் உலகில் பரவும் வெறுப்புப் பிரச்சாரங்களின் வருத்தமளிக்கும் அம்சம் என்னவென்றால், முற்போக்கு வெளிகள் கூட சக மனிதர்கள் மீது உரையாடல்கள் சாத்தியப்படாத கருத்தியல் வெறுப்புகளை நிகழ்த்தும் களங்களாக மாறிவிட்டன என்பதுதான். வெறுப்பு, பெரும்பாலான சமூக ஊடகங்களை ஆரோக்கியமான உரையாடலுக்கான இடங்களாக உருவாக்காமல், சுயபிம்பத்தை நிறுவுதற்கான இடங்களாகவே மாற்றிவிடுகிறது. சுயபிம்பத்தை நிறுவ உதவிபுரியும் வெறுப்பின் பக்க விளைவுகளாக வசவுகளும் அச்சுறுத்தல்களும் அடக்குமுறைகளும் இருக்கின்றன.

இதை எப்படிச் சரி செய்யப் போகிறோம்? ‘டீப் பேக்’ போன்ற புதுமையான செயற்கை நுண்ணறிவு தொழில்நுட்பங்களின் வருகையால், மெய்நிகர் உலகம் இன்னும் சிக்கலானதாக இருக்கிறது. பூமி தட்டையானது

என்று ஆல்பர்ட் ஐன்ஸ்டீனோ அல்லது டிஎன்ஏ ஒரு தேவையற்ற கற்பனை நூலைத் தவிர வேறொன்றுமில்லை என்று ரோசாலிண்ட் ஃபிராங்க்ளினோ உரை நிகழ்த்தக்கூடிய காணொளிகளைப் பார்க்கும் காலத்தில் நாம் வாழ்கிறோம் - 'டீப் பேக்' தொழில்நுட்பத்தைக் கொண்டு இதைச் செய்துவிட முடியும். இவை அனைத்தும் யாரோ ஒரு சிலரின் லாபத்துக்காக மனிதர்களை மேலும் தனித்துவிடப்பட்டவர்களாய், வெறுப்பு மிகுந்தவர்களாய், வன்முறையாளர்களாய் மாற்றக்கூடும்.

இணையமும் கோவிட் பெருந்தொற்றும்தான் வெறுப்பரசியலைக் கண்டுபிடித்தது என்று முடிவுக்குக் கொண்டுவருவது இந்தப் பிரதியின் நோக்கமல்ல. ஆனால், இணையமும் சமூக ஊடகங்களும் வெறுப்புப் பரவலை ஜனநாயகமயமாக்கின - இது பெருந்தொற்றுக் கால புரளிக் கதைகள் மூலம் மிகவும் நிரூபணமாகிறது. மனிதர்களுக்கென்று இணைய வெளி எதை மிச்சம் வைத்திருக்கிறது? - நான் அவநம்பிக்கையான மனிதன், எனவே காலநிலை மாற்றத்தில் அழிந்துபோவதைத் தவிர்த்து இணையவெளி நமக்கு எதையும் மிச்சம் வைக்கவில்லை என்று சொல்லலாம். ஆனால், இந்த உலகில் இருக்கும் ஒவ்வோர் உயிரினமும் உயிர்வாழும் உள்ளுணர்வைக் கொண்டுள்ளது. அந்த உள்ளுணர்வே நம்மை வெறுப்பை எதிர்த்துப் போராடவும் வைக்கிறது!

இங்கு ஒரு விரல் புரட்சி செய்யப்படும்

ஒரு விரல் புரட்சி குறித்துப் பேசும்போது, இரண்டாயிரம் வருடங்களாக வழக்கில் இருக்கும் ஒரு சொல் குறித்துப் பேசுவதும் தேவையானதாக இருக்கிறது. அதாவது, பூமி தட்டையானது, அண்டத்தின் மையமாக பூமி இருக்கிறது, சூரியன் உட்பட மற்ற அனைத்து நட்சத்திரங்களும் கோள்களும் பூமியைச் சுற்றி வலம்வருகின்றன என்று உறுதியான நம்பிக்கையைக் கொண்டிருந்த காலத்திலிருந்து பயன்பாட்டில் இருக்கும் ஒரு வார்த்தை, இன்றளவும் அதன் வீரியத்தை இழக்காமல் மக்களுக்கான அதிகாரத்தை மக்களின் கைகளில் கொண்டு சேர்க்கும் அனைத்து வலிமையையும் கொண்ட மாபெரும் அரசியல் வடிவம் என்று கொண்டாடப்படுகிறது. மக்களாட்சி அல்லது ஜனநாயகம் என்று சொல்லப்படும் அந்த வார்த்தையின் அபத்தம் என்னவெனில் அறிவியலானது, பூமி மைய வாதத்தைக் கடந்து, சூரிய மைய வாதம், குவாண்டம், கருந்துளை, பன்மை அண்டங்கள் எனும் கருத்தியல்கள் ஊடாகப் பயணித்துக்கொண்டிருக்கிறது. ஆனால், இன்றளவும் மக்களாட்சி முறையே அரசியல் அமைப்பின் உச்சம் அல்லது அதைத் தாண்டிய சிறந்த அரசியல் முறையை மனிதர்கள் இன்னும் கண்டடையவில்லை என்று நம்பிக்கொண்டிருக்கிறோம்.

இன்றுவரை அரசியலின் மேன்மைகள் மக்களாட்சிக் கொள்கைகளை அளவீடுகளாகக் கொண்டே அணுகப்படுகிறது. மக்களாட்சி அமைப்பின் அதி உயரிய கூறாக 'வாக்கு' இருக்கிறது அல்லது வாக்கு மக்களாட்சியின்

ஆன்மாவாக இருக்கிறது. அதன் அடியொட்டி சமூகத்தில் வாக்கு மீது கட்டமைக்கப்பட்டிருக்கும் புனித அடையாளங்கள் அலாதியானவை. வாக்கு, அனைத்தையும் மாற்றும் வல்லமை பொருந்திய ஆயுதமாகப் பார்க்கப்படுகிறது. ஜனநாயக அமைப்பு முறையில் நிகழும் அனைத்துச் சிக்கல்களுக்கும் ஒற்றைத் தீர்வாக வாக்கு கருதப்படுகிறது.

இந்தியச் சமூகத்தில் வாக்கு குறித்த பெருமித நம்பிக்கைகளை ஒவ்வொரு தேர்தலின்போதும் தேர்தல் ஆணையம் பிரச்சார விளம்பரங்களாக வெளியிடுகிறது. நூறு சதவீத வாக்குப்பதிவு என்று இல்லாத ஒன்றைக் கற்பனையாகக் கொண்டு உருவாக்கப்படும் இப்பிரச்சாரங்கள், நிகழப் போகும் அற்புதத்தின் வாயிற்கதவாக வாக்கு இருப்பதாக நமக்குச் சொல்கின்றன. இப்படியான நம்பிக்கைகளே மனிதர்களை அமைப்புக்குள் இயங்க வைக்கும் வல்லமை பொருந்திய சமூக நுணுக்கங்களாக இருக்கின்றன. நாளை குறித்த அபரிதமான நம்பிக்கையே இன்றைய மனிதர்களைச் சமூக அமைப்பு முறைகள் மீது அதீத உறுதியுடன் இணங்கிப் போக வைக்கிறது.

அதன் வழியில் வாக்கு எனும் மேன்மை தாங்கிய ஆயுதம் பற்றிய புனித கதையாடல்கள் தமிழ் புனைவு வெளிகளைப் பெருமளவில் ஆக்கிரமித்திருக்கிறது. குறிப்பாக, தேர்தல் அரசியலின் வீர தீர கதைகளை வருடத்துக்கு ஒருமுறையேனும் காணும் பெரும் வாய்ப்பைப் பெற்றவர்களாகத் தமிழ் சினிமா பார்வையாளர்கள் இருக்கிறார்கள். அத்தகைய சில படைப்புகள் அதிசய படைப்பு என்றும் மக்களைக் காக்கவந்த கலைப் படைப்பு என்றும் கொண்டாடப்படுவதும் உண்டு.

ஓட்டரசியல் குறித்து கடந்த இருபது வருடங்களில் வந்த அநேக தமிழ்த் திரைப்படங்களிலும் சமூகநீதித் திட்டங்கள் குறித்த பார்வை மட்டும் ஒன்று போலவே இருக்கிறது. மொழிக்குள் அபத்தமாகப் பயன்படுத்தப்படும் பொருளாதாரம் சார்ந்த வார்த்தைகளில் முதன்மையானது 'இலவசம்'. இவ்வார்த்தைக் குறித்த ஒவ்வாமை முதலாளித்துவச் சமூகத்தில் ஆழமாக வேரூன்றியிருக்கிறது. ஆனால், அந்த ஒவ்வாமை சூழ்நிலைக்கேற்ற பக்கச் சார்பானதாக இருக்கிறது. அப்பக்கச் சார்புகளை ஊடகங்களும் கலை வடிவங்களும் உருவாக்கிவைத்திருக்கின்றன. லாபம் சார்ந்த பொருளாதாரம் கொடுக்கும் சலுகை அல்லது இலவசங்கள் குறித்து எந்த விமர்சனமும் இல்லாத சமூகத்திற்கு அரசு நிறுவனம் சமூகநீதித் திட்டங்களாகக் கொடுக்கும் எது ஒன்றைக் குறித்தும் 'இலவசம்' என்று இழிவாக அணுகும் இயல்பு முதலாளித்துவ அமைப்பு முறையின் அடிப்படை அறமாக இருக்கிறது.

ஒவ்வொரு தனிமனிதரும் சமூகத்தில் தனித்துவிடப்பட்டவர்கள். அவர்களின் இருப்பு, மேன்மை, இறப்பு என அனைத்தும் அவரவர் உழைப்புச் சார்ந்தது என்ற இயற்கைக்கு மாறான அல்லது மனிதர்கள் சமூக விலங்கு எனும் அறிவியல் கூற்றுக்கு எதிரான ஆடம் ஸ்மித் காலத்து முதலாளித்துவக் கருத்தாக்கத்தின் தொடர்ச்சியே சமூக நலன் சார்ந்த கட்டமைப்புகளை இலவசங்கள் என்று ஏளனம் செய்வது.

இலவச அறச்சீற்றத்தின் காரணமாகவே மண்டேலாக்களும் சுந்தர் ராமசாமிகளும் உயிர்ப்பிக்கிறனர். அவர்களுக்கு இலவசங்கள் குறித்த ஒவ்வாமை பெருமளவில் இருக்கிறது. குறிப்பாக, தேர்தல் அரசியல் சார்ந்த இலவசங்கள் ஓட்டுக்குக் கொடுக்கப்படும் கையூட்டு என்று அவர்கள் நம்புகிறார்கள். சமூகநீதித் திட்டங்களில் இருக்கும் நடைமுறை சிக்கல்கள் அல்லது அவை ஏன் பெரும்பான்மையான நேரங்களில் தேர்தல் அரசியல் சார்ந்து அறிவிக்கப்படுகின்றன போன்ற தேவையான எதையும் பேசாமல், தேர்தல் - இலவசம் - விலை போகும் மக்கள் எனும் பழைமை மண்டிப்போன மூளையின் இன்னொரு வடிவமாகவே இவர்கள் இருக்கிறார்கள். இதன் காரணமாகத் தேர்தலில் வாக்கு செலுத்துவதன் மூலம் மட்டுமே அரசைக் கேள்வி கேட்பதற்குத் தகுதி உடையவர்களாக மக்கள் கருதப்படுவர் எனும் அபத்த வாதத்தின் தமிழ் வடிவமாக வாக்குக்குப் பணம் வாங்காதவர்களே அரசின் செயல்பாடுகளைக் கேள்விக்கு உட்படுத்தும் தகுதியை உடையவர்களாக, வாக்கு குறித்த சமூகத்தின் புனித அளவீடுகளின்படி, தீர்ப்பளிக்கப்படுகிறது.

'இலவச' தொலைக்காட்சி குறித்த அபத்தமான வாதம் தமிழ்ச் சமூகத்தில் வழமையான ஒன்று. ஏன் தேர்தல் சார்ந்தே இலவச தொலைக்காட்சி அறிவிப்பு வெளியாகிறது எனும் கேள்வி, தேர்தல் அரசியல் சார்ந்த மற்றோர் உரையாடலுக்கு வழிவகை செய்யும். ஆனால், இலவச தொலைக்காட்சி என்பது வெறும் ஓட்டுக்கான ஆடம்பர கையூட்டு என்ற குறுகிய பார்வை சற்று சிக்கலானது. மனிதர்களின் அடிப்படை உரிமைகளில் உணவுக்குச் சம அளவில் - உடை உறைவிடம் போன்றவற்றைக் காட்டிலும் - முக்கியமானது தகவல் பரிமாற்றம். இந்தப் பேரண்ட இயக்கத்தின் அடிப்படை விதி என்று சிதறத்தைச் (entropy) சொல்வோம் என்றால் அதே அளவில் அடிப்படை தகவல் பரிமாற்றம். அண்டத்தில் உள்ள பொருட்கள் / துகள்கள் அனைத்தும் ஒன்றோடொன்று தகவல் பரிமாற்றங்களைத் தொடர்ந்து நிகழ்த்திக்கொண்டே இருக்கிறன என்பது

அறிவியல் உண்மை. சிக்கலான உடலியல், சமூக அமைப்புகளைக் கொண்ட மனித இயக்கத்துக்கும் பரிணாமத்துக்கும் அடிப்படையாகத் தகவல்களே உள்ளன. *Quantum* தொழில்நுட்பங்கள் நிறைந்த இன்றைய காலகட்டத்தில் தொலைக்காட்சி, தொலைபேசி, இணையம் என்று அனைத்தும் தகவல் பரிமாற்றத்தின் அடிப்படைத் தேவைகளாக இருக்கின்றன. ஆனால், காசு இருக்கும் மனிதர்கள் மட்டுமே இந்தப் பொருட்களைப் பயன்படுத்தத் தகுதியானவர்கள். எனவே அவர்கள் மட்டுமே தகவல்களை அறிய உரிமை உடையவர்கள் என்ற கருத்தாக்கம் நிலப்பிரபுத்துவ கால சமூகக் கட்டமைப்புகளின் நீட்சியாகவே பார்க்க வேண்டியிருக்கிறது.

எப்போதும் ஆண்களாகவே உயிர்த்தெழும் மண்டேலாக்கள், கேஸ் அடுப்பு, மிக்ஸி என்று சமையலறை பொருட்களை இலவசங்கள் என்று சாதாரணமாகச் சொல்லிவிடவும், நாப்கின் வழங்குவதைத் தங்களின் ஆண்மைக்கு ஏற்பட்ட இழுக்கு எனும் அளவில் ஆவேசமாகப் பேசவும் முடிகிறது. வளர்ச்சியின் மேன்மைகளைப் பேசும் இவர்கள் பார்த்து வியக்கும் பல மேற்கு நாடுகளில் பள்ளிகளில் மாணவர்களுக்கு ஆணுறை, காப்பர்-டி போன்றவை பாலியல் பாதுகாப்பின் பொருட்டு வழங்கப்படுகிறது என்பதை அறிந்தால் எப்படி அணுகுவார்கள் என்று தெரியவில்லை.

சமூகநீதி திட்டங்கள் மீதான வெறுப்பின் உச்சம் எப்போதும் தமிழ் சினிமாக்களில் இடஒதுக்கீட்டில் வந்து சேரும். இடஒதுக்கீட்டுக்கு எதிராக வைக்கப்படும் வாதங்களில் முதன்மையானது 'தரம்' எனும் தர்க்கமற்ற வாதம். இடஒதுக்கீட்டில் சேர்வதாலேயே எவர் ஒருவரும் தான் படிக்கும் கல்விப்புலத்தில் தேர்ச்சியடைந்ததாகக் கருதப்படுவதில்லை. மாறாக, படிக்கும் காலத்தில் வைக்கப்படும் அனைத்துத் தேர்வுகளிலும் தேர்ச்சி பெற்றால்தான் தேர்ச்சியடைந்தவர் என்று கருதப்படுகிறார்.

எடுத்துக்காட்டாக, மருத்துவ இடஒதுக்கீட்டில் கல்லூரியில் சேரும் ஒருவர் தனது ஆறு வருட கல்லூரிப் படிப்பில் அனைத்துத் தேர்வுகளிலும் தேர்ச்சி பெற்றால் மட்டுமே அவர் மருத்துவர் என்று பட்டம் அளிக்கப்படுவார். பின்னரே அவர் மருத்துவராகப் பணி செய்ய முடியும். இங்கு தரம் குறித்துக் கேள்வி இருப்பின் அது கற்பிக்கும் மற்றும் தேர்ச்சி முறையில்தான் இருக்க முடியுமே தவிர இடஒதுக்கீடு மீது அல்ல. அப்படியான கேள்வியை முன்வைத்தால் அது மொத்த இந்தியக் கல்வி முறை மீதான கேள்வியாகவே இருக்க முடியும்.

நான் இடஒதுக்கீட்டில் இளங்கலை சமூகவியல் படித்தேன். என் ஊரிலிருந்து கோயம்புத்தூர் சென்று இளங்கலை படிப்பது என்பதே 2004இல் நான் செய்த தனிப்பட்ட சாதனையாக இருந்தது. எனக்குத் தெரிந்த ஒரு தொழிலதிபர் தன் 22ஆம் வயதில் நிறுவனத்தைத் தொடங்கினார், இன்று அதன் துறையில் இந்தியாவின் முதன்மையான நிறுவனமாக வளர்ந்திருக்கிறது. அவர் 12ஆம் வகுப்பு தேர்ச்சி பெற்றவுடன் சிங்கப்பூர் தேசியப் பல்கலைக்கழகத்தில் இளங்கலை கல்வி கற்றார். 12ஆம் வகுப்பு முடித்தபோது நான் அறிந்த மிகப்பெரிய கல்லூரிகள் அண்ணா பல்கலைக்கழகமும், சென்னை மருத்துவக் கல்லூரியும்தாம். National University of Singapore குறித்து இருபத்து எட்டாவது வயதில்தான் அறிந்துகொண்டேன். University of Singapore குறித்து அறிந்துகொள்வதில் அவருக்கும் எனக்கும் இருக்கும் பதினைந்து வருட இடைவெளியை நிரப்புவதின் முயற்சியே சமூகநீதி ஒதுக்கீட்டின் பணி என்று கருதுகிறேன். அந்தப் பதினைந்து வருடங்களே நண்பருக்குக் கிட்டிய 2000 வருட சலுகை என்று நினைக்கிறேன். ஒருவேளை அந்தக் கல்லூரியில் சமூகவியல் படிப்பதற்கான வாய்ப்பு இல்லாமல் போயிருந்தால் சாதியம் ஊறிப்போன ஒரு நிலத்தைவிட்டு வெளியே வராமல் பொருளாதார நிலையில் மிகவும் பின்தங்கிய ஒருவனாக வறட்டுப் பெருமைக்குச் சாதிய கொடியைத் தூக்கிப் பிடித்துக்கொண்டு அலைந்திருக்கக் கூடும்.

உலகளாவிய சமூகநீதித் திட்டங்கள் குறித்த பல்வேறு பொருளாதார ஆய்வுகள் வாசிக்கக் கிடைக்கின்றன. மண்டேலாக்களும் கிச்சாக்களும் சுந்தர் ராமசாமிகளும் எப்போதும் போல் இலவச அரசியல் பேசாமல் அவற்றை வாசிக்கலாம் என்றே நினைக்கிறேன். குறிப்பாகத் தொலைக்காட்சி, மிக்ஸி அனைத்தும் இலவசம் என்று சொல்லி தீயில் கொளுத்தும் அமெரிக்க சுந்தர் ராமசாமிகள் அமெரிக்காவில் இருக்கும் Affirmative actions குறித்துப் படித்துப் பார்க்கலாம்.

சஞ்சிகை உரையாடல் ஒன்றில் தமிழ்நாட்டின் தனித்தன்மை குறித்துக் குறிப்பிடும் இந்திய உள்துறை அமைச்சர், இங்கு அரசியல் விழிப்புணர்வு கடைக்கோடி ஊர் வரை பரவியிருப்பதாகச் சொல்கிறார். அரசியல் குறித்து அடிப்படையான புரிதல் கொண்ட அல்லது மனிதர்களின் வாழ்வில் அரசியல் எவ்வளவு ஆழமாக ஊடுருவியிருக்கிறது என்பதை ஓரளவேனும் தமிழ்ச் சமூகம் தெரிந்திருப்பதாக நான் கருதுகிறேன். குறைந்தபட்சம், பணமதிப்பிழப்பு யாரால் ஏற்பட்டது என்ற அடிப்படை அரசியல்

தெரியும் ஒரு சமூகத்துக்கு அரசியல் ஆசிரியர்களாய் தமிழ்த் திரைகள் இருக்கத் தேவையில்லை. ஒப்பீட்டளவிலேனும் மற்ற ஊர்க்காரர்கள் சென்னைவாசிகளை விட அதிகமாக ஒருவிரல் புரட்சியைச் செய்கிறார்கள்.

ஒருவிரல் புரட்சியின் வடிவில் சமூகச் சிக்கல்கள் அனைத்தும் தீர்ந்துவிடும் என்று நம்பிக்கையை அள்ளிக் கொடுக்கும் தமிழ்க் காட்சி வெளிகள், இங்கிருக்கும் அனைத்துச் சிக்கல்களுக்கும் காரணம் ஊழலும் தேர்தலுக்குப் பெறும் இலவசங்களும்தாம் என்று போகிற போக்கில் தீர்ப்பெழுதும் ஆடம் ஸ்மித் காலத்து முதலாளித்துவச் சிந்தனைகளையும், நாளை காலை அனைத்தும் மாறிவிடும் என்ற மிகை உணர்ச்சிகளையும், ஒரே கதைகளைத் திரும்பத் திரும்பப் பார்க்கும் சோர்வையும் மட்டுமே கொடுக்கின்றன.

போலிச் செய்திகளின் காலம் அல்லது ஒரே இரவில் கோட்பாட்டு இயற்பியலாளராக மாறுவது எப்படி?

நாம் போலிச் செய்திகளின் காலத்தில் வாழ்ந்துகொண்டிருக்கிறோம். நம்மைச் சுற்றிப் பல்லாயிரம் கோடி போலிச் செய்திகளும், சில ஆயிரம் உண்மைகளும், உண்மை என்று சொல்லப்படுபவையும் காற்றில் உலவிக்கொண்டிருக்கின்றன. 21ஆம் நூற்றாண்டின் தொழில்நுட்பங்கள் போலிகள் நிறைந்த புதிய உலகினை உருவாக்கியிருக்கின்றன என்று அபத்தமாக எழுத முடியாது. ஆனால், 21ஆம் நூற்றாண்டின் செயற்கை நுண்ணறிவு இயந்திரங்களும் சமூக ஊடகங்களும் அவற்றை உருவாக்கிய பெரும் தொழில்நுட்ப நிறுவனங்களின் தகவல் வேட்கையும் மனித வரலாற்றின் போக்கை நிர்ணயிக்கும் வலிமை கொண்டதாக மாறியிருக்கும் போலிச் செய்திகளின் உருவாக்கத்தையும் பரவலையும் எளிமையாக்கியிருக்கின்றன.

மானிட அறிவின் எல்லைகளை உடைத்து அறிவையும் தகவல் பரிமாற்றத்தையும் கட்டற்ற ஜனநாயகமாக மாற்றியிருக்கக் கூடிய ஆற்றலைக் கொண்ட மெய் நிகர் உலகம், வரலாற்றின் துயராக, செயற்கை நுண்ணறிவு இயந்திரங்களின் தகவல் வேட்கையின் பொருட்டு அறிவுக்கு எதிரான போலிகளின் திசையில் பயணிக்கிறது. அப்படிப் பல்கிப் பெருகும் போலித் தகவல்களின் பலிகடாக்களாக நாம் ஒவ்வொரு நாளும் மாறுகிறோம்.

தகவல் தொழில்நுட்ப உலகம் உருவாவதற்கு முன்பும் போலித் தகவல்கள், வதந்திகள், கட்டுக்கதைகள் உலவிக்கொண்டுதான் இருந்தன. ஆனால், அவை ஒரு மனிதரைவிட்டு வேறொரு மனிதருக்கு அல்லது ஒரு திசையைவிட்டு வேறு திசைக்குச் சென்று சேர்வதற்கான கால அளவு அதிகமானதாக இருந்தது. சமூக ஊடக உலகம் காலத்தின் எல்லையை நொடிகளுக்குள் சுருக்கிவிட்டது. அது மட்டுமல்லாது போலிச் செய்திகளுக்கும் உண்மைத் தன்மையைக் கொடுக்கக் கூடியதாக சமூக ஊடக உலகம் இருக்கிறது. ஒருநாளில் இணைய உலகில் பார்க்கும், கேட்கும், படிக்கும் தகவல்களில் சரிபாதி போலிச் செய்திகளாகவே இருக்கின்றன. கற்றவர், கற்காதவர் என்று அனைவரையும் சம அளவிலே இந்தப் போலிச் செய்திகள் சென்று சேர்கின்றன, அதே அளவில் அவற்றை நம்பவும் செய்கிறோம். சமூக ஊடகங்களின் போலித் தகவல்கள், காட்சி, அச்சு, பிற வெகுஜன ஊடக வெளிகள் மீதும் பெரும் தாக்கத்தைச் செலுத்துகின்றன.

இன்றைய வெகுஜன ஊடக வெளிகள் சமூக ஊடகங்களின் அசைவியக்கத்தைச் சார்ந்தே இயங்கிக்கொண்டிருக்கின்றன. எடுத்துக் காட்டாக, கோவிட் பெருந்தொற்றால் பாதிக்கப்பட்ட இங்கிலாந்து அரச குடும்பத்தைச் சேர்ந்த சார்லஸ், ஆயுர்வேத சிகிச்சையில்தான் குணமானார் எனும் செய்தியை டிவிட்டர் வழியாகப் பதிவிட்டார் பாரம்பரிய மருத்துவங்களுக்கான இந்திய அமைச்சர். இதை அநேக இந்தியச் செய்தி ஊடகங்களும் பரவலாக்கின. ஆனால், அந்தச் செய்தி தவறானது என்று இங்கிலாந்து அரச குடும்ப மருத்துவர்கள் அறிவித்தனர்.

பெரும்பாலான போலிச் செய்திகள், அதற்கான உண்மைத் தன்மையைப் பெறுவதற்கு ஏதுவாக, ஆக்ஸ்ஃபோர்ட், ஹார்வர்ட் போன்ற பெரும் கல்விப் புலங்களின் இலச்சினைகளையோ *CERN, NASA* போன்ற ஆய்வு நிறுவனங்களின் பெயர்களையோ பயன்படுத்திக்கொள்கின்றன.

இவற்றினூடாகத்தான் வெயிலில் நின்றால் கோவிட் - 19 அழிந்துவிடும், எதிரிகளை ஆளில்லா விமானங்கள் மூலம் மேகங்களுக்கிடையில் மறைந்து ரேடார்களில் சிக்காமல் அழிக்க முடியும், புதிய ரூபாய் தாள்களில் மின்காந்தச் சில்லுகள் இருக்கின்றன போன்ற உண்மைக்குப் புறம்பான கட்டுக்கதைகளை அறிவியல் உண்மைகள் என்று பரப்ப முடிகிறது.

போலிச் செய்திகள் நிரம்பிய உலகம் என்பதைத் தாண்டி, இந்தச் செய்திகள் உண்மைத் தன்மையைப் பெறுவதற்கான மானிட உளவியல்

முக்கியமானதாக இருக்கிறது. மனிதர்கள் சில ஆயிரம் வருடங்களுக்கு முன்பு எழுத்து வடிவத்தை உருவாக்கியது முதல் தங்களின் அநேக நம்பிக்கைகளை எழுத்தை முன்வைத்து ஆரம்பித்த 'நம்பிக்கையின் உளவியல்'தான் இன்றைய சமூக ஊடகங்கள் மீதான நம்பிக்கையின் ஆதாரமாக இருக்கிறது. எழுத்தில் அல்லது காட்சி மொழியில் பேசப்பட்ட அனைத்தும் உண்மை என்று நம்பும் மனித மனம், சமூக ஊடகத்தில் பகிரப்படும் அனைத்துக் காட்சிகளையும் தகவல்களையும் நிஜம் என்று நம்புகிறது. எழுத்தின் மீதான நம்பிக்கையே, இணைய வெளி மீதான நம்பிக்கையின் ஆதாரமாக இருக்கிறது - இதிலிருந்தே போலிச் செய்திகளின் உண்மைத் தன்மை வலுப்பெறுவதை உணர முடியும்.

போலிச் செய்திகள் எனும் உலகத்தின் இயக்கத்துக்குள் செல்லும் முன், அவை ஆதாரமாக முன்வைக்கும் கூறுகளைப் பேசுவது போலிச் செய்திகள் குறித்துப் புரிந்துகொள்ள ஏதுவாக இருக்கும். சமூக ஊடகங்களில் உலவும் ஐம்பது சதவீத போலிச் செய்திகள் ஆய்வுக்கு உட்படுத்தாமல் ஏற்றுக்கொள்ளத்தக்க ஆதாரங்களைக் கொண்டு முன்வைக்கப்படுகின்றன. ஏன் இந்த ஆதாரங்கள் தேவைப்படுகின்றன? எப்படி இந்தச் சான்றுகள் கட்டுக்கதைகளுக்கு உண்மையின் நிறத்தைக் கொடுக்கின்றன?

இதைப் புரிந்துகொள்ளச் சிக்கலான தர்க்கங்கள் தேவையில்லை. நாம் அறிவியலின் ஆதிக்கம் நிரம்பிய காலத்தில் வாழ்கிறோம். பிறந்தது முதல் எண்களையும் சான்றுகளையும் கொண்ட எதையும் நம்புவதற்குப் பயிற்று விக்கப்பட்டிருக்கிறோம். அறிவியல், கல்வி நிலையங்கள் மூலம் பெறும் அறிவும் நூறு சதம் சரியானது அல்லது நிலையானது அல்ல என்றாலும், மனித இனம் கண்டுபிடித்த துலக்கமான சிந்தனை முறைதான் அறிவியல். எடுத்துக்காட்டாக, பூமி தட்டையானது என்று சொன்னால் இன்றைய உலகில் இருக்கும் அநேக மக்கள் என்னை மனநலம் குன்றியவன் என்றே சொல்லக்கூடும். வானியல் குறித்து ஒரு சதம் அறிவு இல்லாதவர்கள்கூட பூமி தட்டையானது அல்ல, கோள வடிவமானது என்பார்கள். கடவுளர்கள் குறித்து வெளியாகும் மதம் சார்ந்த திரைப்படங்களில்கூட பூமியை உருண்டை அல்லது கோள வடிவத்திலே காண்பிக்க முடியும் என்பதே நாம் அறிவியலின் உலகில் வாழ்கிறோம் என்பதின் சான்று.

யாரேனும் ஒருவர் நான் கடவுளைத் தரிசித்தேன் என்று கூறினால் இந்த நூற்றாண்டில் பெரும்பாலோர் ஆதாரம் கேட்கக் கூடும் அல்லது

குறைந்தபட்ச சந்தேகத்தையாவது எழுப்பக் கூடும். தகவல்களே மனித பரிணாம வளர்ச்சியின் ஆதாரமாக இருக்கும் அடிப்படையில் பார்த்தால் இந்த நூற்றாண்டைக் காட்டிலும் வேறு எந்தக் காலத்திலும் இவ்வளவு இணக்கமாக அறிவியல் சார்ந்து மனிதர்கள் வாழவில்லை என்று சொல்ல முடியும்.

போலிச் செய்திகளைப் பரப்புவதற்கும், கட்டுக்கதைகளைச் சொல்வதற்கும் கூட அறிவியல் தேவை. பல மத நிறுவனங்களின் சாமியார்கள், வெகுஜன அறிவியல் புத்தகங்களின் சாராம்சங்களைப் படித்துவிட்டு, துகள் இயற்பியல் குறித்தும், உயர் ஆற்றல் இயற்பியல் குறித்தும் மதக் கோட்பாடுகளுடன் இணைத்துப் பேசுகின்றனர், அத்தகைய சாமியார்களையே தெய்வங்களாக நாம் பூசிக்கிறோம்.

போலிச் செய்திகள் குறித்துப் பேசுவது என்பது மனித மூதாதைகளின் அறிவை நிராகரிப்பது அல்ல. போலிச் செய்திகளில் முடங்காமல் மூதாதையர்களின் அறிவைக் கொண்டு புதிய எதார்த்தத்துக்குத் தகவமைத்துக்கொள்வதே பரிணாமமாக இருக்க முடியும். ஆனால், நம்மிடையே மெய் நிகர் எதார்த்தத்தில் அதிகம் நிகழ்வதெல்லாம் 'முன்னோர்கள் ஒன்றும் முட்டாள்கள் அல்ல' கதைகளே.

குறிப்பாக, ஜான் டால்டன் பதினெட்டாம் நூற்றாண்டில் அணுவைக் கண்டுபிடிப்பதற்குப் பல நூறு வருடங்களுக்கு முன்பே தமிழர்கள் சங்க காலம் முதலே அணுத்துகளை அறிந்த கதை குறித்துப் பெருமை பேசுவதைக் கேட்க முடியும். இந்தச் செய்தியில் போலி செய்யப்படும் இடம், தமிழர்கள் மட்டுமே சங்க காலத்தில் அணுத்துகள் குறித்து அறிந்துவைத்திருந்தார்கள் எனும் கருத்து. நமக்குக் கிடைத்திருக்கும் ஆதாரங்களின்படி, கிரேக்கத்தைச் சேர்ந்த டெமாகிரடஸ் கி.மு. 370இலேயே அணுக்கள் குறித்த உரையாடல்களைத் தொடங்கினார்.

இருவேறு நிலப்பகுதியில் வாழ்ந்த தொழில்நுட்ப வளர்ச்சி கொண்ட மனிதக் குழுக்களுக்கு இடையேயான உறவு, அறிவு ஆற்றலைப் பகிர்ந்துகொள்ளக் கூடியதாக இருந்திருக்க முடியும். எனவே அணுக்கள் குறித்து கிரேக்கர்கள்தான் முதலில் பேசினார்கள் என்பதை ஏற்றுக்கொள்வதே அறிவியல் பூர்வ வரலாற்றுப் புரிதல். அறிவியல் இயக்கத்தின் தொடக்கம் ஏன் fertile crescentயைச் சார்ந்ததாக இருந்தது, மற்ற நிலங்களில் அறிவியல் வளர வெகுகாலம் ஆனது போன்ற உரையாடல்கள் தனியானவை.

வரலாற்றுத் தரவுகளை நிராகரிப்பதும் மறைப்பதும் சில தனிமனிதர்கள் அல்லது சமூக அரசியல் கருத்தாக்கங்களுக்கு ஆதரவானதாக இருக்கக்கூடும். இக்கற்பிதங்கள், மனிதர்களுக்குத் தங்கள் இருப்பின் மீது பழைய பெருமிதங்களை நிறுவுவதற்கு மட்டுமே உதவியாக இருக்கும். இதே வடிவத்தைப் பல்வேறு வரலாற்றுப் பெருமிதங்களைப் புரிந்துகொள்ளப் பயன்படுத்த முடியும். எடுத்துக்காட்டாக, இந்திய நிலப்பரப்பில் மதம் சார்ந்து உலவும் உறுப்பு மாற்று அறுவைச் சிகிச்சை குறித்த, மரபணு மாற்றம் குறித்த, ஏவுகணை குறித்த புராண அறிவியல் கட்டுக்கதைகளைப் புரிந்துகொள்ளலாம்.

உலக அளவில் இருக்கும் பல கட்டுக்கதைக் கருத்தாக்கங்கள் மீது இதே தர்க்கத்தை வைத்து அணுகினால் அதன் போலித் தன்மைகள் எளிதில் புலப்படும். எடுத்துக்காட்டாக, ஐக்கிய அமெரிக்கக் குடியரசின் முன்னாள் அதிபர் டிரம்ப் பயன்படுத்திய தேர்தல் வாசகமான "*Make America Great Again*". இங்கு எந்தப் பழைய உயர்ந்த அமெரிக்காவை மீட்டெடுக்க டிரம்ப் விரும்பினார் என்பதே. கிருமிகளையும் துவக்குகளையும் கொண்டு பூர்வகுடிகளைக் கொன்று அழித்து உருவான ஐரோப்பிய அமெரிக்காவையா அல்லது இலட்சக்கணக்கான ஆப்பிரிக்கர்களை அடிமைகளாகக் கொண்ட அமெரிக்காவையா அல்லது இருபதாயிரம் வருடங்களுக்கு முன்பு மனிதர்கள் தடம் பதிக்காத அமெரிக்காவையா? பதில் மிக எளிது: நிறவெறி நிரம்பிய, வெள்ளையின ஆதிக்கம் மிக்க ஒரு போலி அமெரிக்காவைத்தான் டிரம்ப் நிறுவ விரும்பினார். அதற்காகவே "*Make America Great Again*" எனும் போலிப் பதத்தைப் பிரச்சாரம் செய்தார். அதை உண்மையென நம்ப வைக்கவே சமூக ஊடகங்கள் முழுவதும் கோடிக்கணக்கான் போலிச் செய்திகளை உற்பத்திச் செய்தார்கள். போலிச் செய்திகள், ஒரு தனிமனிதரின் அரசியல் / சமூக / பொருளாதார இலாபத்துக்காக வெறுப்புகளை உமிழ்ந்தன. இவ்வகை வெறுப்புப் பிரச்சாரங்கள் செய்திகளின் வடிவங்கள் இழந்துவிட்ட அல்லது புராதனப் பெருமிதங்களைக் கொண்டதாக இருக்க வேண்டும். அப்பெருமிதங்கள் நிகழ்காலத்தில் இழந்துவிட்ட பெருமைகளையும் அடையாளங்களையும் மேன்மையையும் இடித்துரைக்க வேண்டும். பல நேரங்களில் இனம், நிறம், மொழி, மதம் என்று சமூக வடிவம் சார்ந்த பொது எதிரியைக் கொண்டிருப்பது இப்போலிச் செய்திகளை மேலும் வலிமையானதாக்கும். பொது குறித்தான அச்சம் போலிச் செய்திகளை இலகுவாக நம்பவைக்கும்.

சில போலிச் செய்தி வகைமைகளுடன் அறிவியல் செய்திகளை ஊடுருவச் செய்வதன் மூலம், அக்கட்டுக்கதைகளை நிஜமானதாகவும் மாற்றிட முடியும். குறிப்பாக, மத நிறுவனங்களின் சடங்குகளுக்கான விளக்கங்களைக் கொடுக்க வேண்டிய இடங்களில் அறிவியல் பதங்களைப் பயன்படுத்துவது மதங்கள் சார்ந்த கட்டுக்கதைகளை நம்பவைக்க மிகச் சிறந்த உத்தி. மெழுகுவர்த்தியை ஏற்றுவதில் கிடைக்கும் நன்மைகள், முழந்தாளிட்டு வணங்குவதால் உடல் ஆரோக்கியம், மாட்டுக் கழிவில் மருத்துவ நலன்கள், மந்திரங்களில் காஸ்மிக் கதிர் வீச்சுகள் என்று எதை வேண்டுமென்றாலும் உண்மை என்று நம்பவைக்க முடியும்.

எடுத்துக்காட்டாக, நாசா பதிவு செய்ததாகக் கூறப்படும் பேரண்ட ஒலி 'ஓம்' எனும் ஒலி பொருந்திய இருண்ட காணொளி ஒன்று இணையத்தில் உலாவுவதைப் பார்க்க முடியும். அது உண்மையா என்று கேட்பதற்கு முன் அண்டம் என்றால் எது எனும் கேள்வியைக் கேட்கும்போது, பல நூற்றாண்டுகளுக்கு முன்பு மனிதர்கள் பூமியைத் தவிர்த்துவிட்டு வானத்தைப் பார்த்து 'வெளி' என்று சொன்ன கதையைத்தான் அந்தக் காணொளியில் பார்ப்போம். ஆனால், இந்தப் பதிவுக்கு நாசா எனும் பதம் உண்மைத் தன்மையைப் புகுத்திவிடுகிறது. எனவே, அதை உண்மை என்று நம்புகிறோம். இதைப்போல் அனைத்து மத நிறுவனங்களும் தங்களை நிலைநிறுத்திக்கொள்ள 21ஆம் நூற்றாண்டில் அறிவியலின் துணையை நாட வேண்டியிருக்கிறது. அறிவியல் பதங்களுடன் கூடும் எந்தப் போலித் தகவலும் உண்மைத் தன்மையை அடைந்துவிடும்.

19, 20ஆம் நூற்றாண்டுகளைப் போல் இன்று ஒரு சாமியாரோ இறைத்தூதரோ அறிவியலை விட்டுவிட்டுக் கடவுளைப் பேச முடியாது. போலிச் செய்திகளையே கடவுளரின் செய்தி என்று சொன்னாலும் அதில் அறிவியல் பதங்கள் இருந்தால் மட்டுமே பெரும்பான்மையானோர் ஏற்றுக்கொள்வார்கள். குருமார் பேசுவதில் இருக்கும் நகைமுரண், அவர்கள் நியூட்டன் கால அறிவியலையே இன்றும் பேசிக்கொண்டிருக்கிறார்கள் என்பதுதான். அறிவியல் குறிப்பாக, அநேக சாமியார்கள் பேசும் போலி இயற்பியல் நியூட்டனைத் தாண்டி, ஐன்ஸ்டீனைக் கடந்து பெருவெடிப்பையும் கடந்து மேலும் விரிவடைந்துகொண்டிருக்கிறது.

போலித் தகவல்களின் இன்னொரு வடிவம் பொருளாதாரத்தையோ அல்லது அரசையோ அல்லது தேசத்தையோ சார்ந்ததாக இருக்கும்.

ஒரு தேசத்தின் பொருளாதாரம் குறித்துப் பேசும் போலிச் செய்திகளில் சர்வதேச அமைப்புகளின் குறிப்புகளோ அல்லது இலச்சினைகளோ இருந்தாலே போதும், அவை ஆதாரப்பூர்வ தகவல்களாக மாறிவிடும். குறிப்பாக, வளர்ச்சி என்று பேசும் இடங்களில் உலக வங்கி, சர்வதேச நிதி ஆணையம், ஐநா சபை என்ற இலச்சினைகள் இருந்தால் அச்செய்தி கூடுதல் பலத்தைப் பெற்றுவிடுகிறது. தேசப் பெருமை அல்லது தலைவர் ஒருவர் பற்றிப் பெருமையாகப் பேசும்போது *டைம்ஸ், போர்ப்ஸ்* போன்ற சர்வதேச இதழ்களின் பெயர்களைக் குறிப்பிட்டுப் பேசுவதில் போலிச் செய்திகளின் உண்மைத்தன்மை உறுதி செய்யப்படுகிறது.

இந்தக் கட்டுக் கதைகளுக்கு நிர்ணயிக்கப்பட்ட வடிவம் என்று எதுவும் இல்லை. ஆனால், உறுதியான செயல்திட்டம் உள்ளது. அது யாரோ ஒரு தனிநபர் நலன் சார்ந்ததாக அல்லது ஒரு கருத்தியல் நலன் சார்ந்ததாக அல்லது குறிப்பிட்ட அமைப்பு நலன் சார்ந்ததாக இருக்கிறது. எனவே பல்வேறு நேரங்களில் அநேக போலிச் செய்திகளுக்கு மெய் நிகர் எல்லைகளும் தானாக உருவாகிவிடுகின்றன.

'*Make America Great Again*' எனும் பதமும் பிரேசிலில் அதைச் சார்ந்த போலிச் செய்திகளும் தேவையற்றதாகிறது. எனவே, அப்பிரச்சாரம் சார்ந்த போலித் தகவல்கள் ஐக்கிய அமெரிக்கக் குடியரசின் மெய் நிகர் எல்லைக்குள்ளே உலவும் நிலையில் தங்களைத் தகவமைத்துக் கொள்கின்றன, அதற்கான வேலைகளைச் செயற்கை நுண்ணறிவு இயந்திரங்கள் செவ்வனே செய்கின்றன.

பிரேசில் தங்களுக்குத் தேவையான புதிய பதத்தையும், அதைச் சார்ந்த போலிச் செய்திகளையும் உருவாக்கித் தங்களின் எல்லைக்குள் உலாவவிடலாம். அதன் மூலம் மனிதர்களின் சிந்தனையில் வெறுப்பு எண்ணங்களை வளர்க்கலாம் அல்லது தேர்தலில் வெற்றி பெறலாம். அப்படியான வெறுப்பு பிரச்சாரத்தைக் கொண்டே பொலான்சாரோ தேர்தலில் வெற்றி பெற்றார். ஒரு போலிச் செய்தியின் மெய் நிகர் எல்லைகள் அத்தகவலின் கருத்தைப் பொறுத்ததாக இருக்கிறது. மதம், கடவுள் சார்ந்த கருத்துகள், அரசியல் - சமூக - தேச - எல்லைகளைக் கடந்து அனைத்து நிலங்களுக்கும் சென்று சேரக்கூடும். அதன்மூலம் போலிச் செய்திகள் தொடர்ந்து உயிர்பெறுகின்றன.

கோவிட் பெருந்தொற்று, பல இலட்சம் திடீர் மருத்துவ அறிஞர்களையும், தொற்று ஆய்வாளர்களையும், புவிசார் அரசியல் வல்லுநர்களையும், உயர் ஆற்றல் இயற்பியல் மேதைகளையும், பொருளாதார மேதைகளையும், வரலாற்று ஆய்வாளர்களையும் காளான்கள்போல் ஒரே இரவில் தோற்றுவித்தது. அவர்கள் அனைவருமே கோவிட் பெருந்தொற்றை ஒரு பதிவில், ஒரு காணொளியில் அல்லது பாட்டி மருத்துவம் மூலம் அழித்துவிடும் வல்லமை பொருந்தியவர்களாக இருந்தார்கள். இன்னும் சில உயர் ஆற்றல் இயற்பியல் வல்லுநர்கள் கைதட்டி அதீத ஒலி எழுப்புவதன் மூலம் அண்டத்தின் எல்லையில் மறைந்திருக்கும் சக்திமிக்கக் காஸ்மிக் கதிர்களை ஒன்றுதிரட்டி பெருந்தொற்றுக் கிருமியைக் கொன்றார்கள். சிலர் கோவிட்-19 குறித்த புவி அரசியலை, பொருளாதார துயரங்களை, மேன்மைகளைப் பேசினார்கள்.

சில கோவிட் காலப் போலிச் செய்திகளில் அற்புதமான கற்பனைத் திறன் பொருந்தியிருந்தன. ஆனால், பெரும்பாலானவை ஹாலிவுட் பாணி சதிக் கோட்பாடுகளால் நிரம்பிச் சலிப்பூட்டின. குறிப்பாக, பாட்டி வைத்தியம் குறித்தான செய்திகள் பரவலாகப் பகிரப்பட்டன. பூண்டு தின்பது, எலுமிச்சைச் சாறு அருந்துவது, இஞ்சியும் மஞ்சளும் கலந்த கசாயம் அருந்துவது என்று பெரிய பட்டியலாக நீண்டது. இவற்றிலிருக்கும் நோய் எதிர்ப்புக் குணம் குறித்து எந்தச் சந்தேகமும் இல்லை. ஆனால், இவைதான் அனைத்து நோய்களுக்குமான ஒற்றைத் தீர்வு என்று சொல்வதுதான் அபத்தத்தின் உச்சம். உண்மையில் இவை அனைத்தும் கிருமிகள் உண்டாக்கும் நோய்களை அழிக்கவல்லது எனில், இந்தியாவில் பெரியம்மையினாலும் இளம்பிள்ளை வாதத்தினாலும் பல இலட்சம் பாதிப்புகள் உண்டாகியிருக்காது.

பாரம்பரிய வைத்திய முறைகளைக் குறை சொல்வதோ, இந்திய உணவு முறையில் இருக்கும் மருத்துவக் குணங்களைச் சந்தேகிப்பதோ பிரதியின் நோக்கம் அல்ல. ஆனால், இவ்வாறான போலிச் செய்திகளை உறுதியான உண்மைகள் அல்லது தீர்வுகள் என்று முன்வைப்பதும் / நம்புவதும், அனைத்துச் சமூக இயக்கத்தையும் சதிக் கோட்பாடுகளாகக் கடந்துவிடுவதும் இணையதள தலைமுறையின் அடிப்படை பண்பாக இருப்பதன் உளவியல் உருவாக்கும் பாரதூரமான விளைவுகளைப் பேசுவது தேவையானதாக இருக்கிறது. இங்கு பெரும் மருந்து நிறுவனங்களின் லாப வேட்கையினூடாக உருவாகும் மருத்துவ அறிவியலின் எதிர்மறை விளைவுகளையும் குறிப்பிட்டே போலிச் செய்திகள் குறித்து உரையாட வேண்டியிருக்கிறது.

கோவிட் தொற்றின் பரவலுடன் எழுந்த தடுப்பூசிகளுக்கு எதிரான அழுத்தமான கருத்துகள் முக்கியமானவையாகவும், ஆபத்து நிறைந்தவையாகவும் பார்க்க வேண்டியிருக்கிறது. குறிப்பாக, தடுப்பூசிகளுக்கு எதிரான கருத்துகளைத் தாங்கிய பல போலிச் செய்திகள் ஆக்ஸ்போர்ட் பல்கலைக்கழகம் அல்லது அமெரிக்க ஆய்வு நிறுவனம் ஏதோ ஒன்றின் இலச்சினைகளைக் கொண்டிருந்ததே அபத்தமானதாக இருந்தது. இந்தப் பெருந்தொற்றால் பாதிக்கப்பட்டு அதிலிருந்து மீண்ட எனக்கு இந்தத் தருணத்தில் எட்வர்ட் ஜெர்னரும், லூயி பாஸ்டரும் அல்லது மனித இனமே தடுப்பூசி எனும் ஒன்றைக் கண்டுபிடிக்காமலிருந்திருந்தால் என்னவாகி இருக்கும் எனும் சிந்தனையே எழுகிறது. இருபத்தொன்றாம் நூற்றாண்டில் நமக்குத் தேவைப்படுவதெல்லாம் இணைய சேவையும் அலைபேசியுமே. இந்த இரண்டும் நம்மைப் போலிச் செய்திகளை உருவாக்கவும் அதைப் பெருமளவில் நுகரவும் போதுமான சாதனங்களாக இருக்கின்றன.

குறிப்பாக, deep fake போன்ற தொழில்நுட்பங்கள் பெருகிவிட்ட இந்தக் காலகட்டத்தில் நாம் பார்க்கும், கேட்கும், வாசிக்கும் உள்ளடக்கத்தில் எது உண்மை, எது போலி என்பதை வேறுபடுத்திப் பார்க்க மனிதர்களால் முடியாது என்பதே எதார்த்தம். உறுதியான உண்மை என்று ஏதும் இல்லை என்றாலும், அறிவியல் பூர்வமான உண்மைகள் என்று சில இருக்கவே செய்கின்றன. அவ்வுண்மைகளும் தேவையான பொழுது தங்களைப் புதுப்பித்துக்கொள்ள தயாராகவே இருக்கின்றன.

இங்கு உண்மை எனும் இடத்தில் அறிவியலை உறுதியான உண்மை என்று வாதிட விரும்பவில்லை. ஆனால், இயற்கையை அல்லது மானிட இருப்பைப் புரிந்துகொள்ள அறிவியலைக் காட்டிலும் வலிமையான வழி மனிதர்களிடத்தில் இல்லை. அறிவியல் ஏன் முதலாளித்துவத்துடன் ஒன்றிணைந்து இயங்குகிறது என்பதை அறிவியலின் வரலாற்று மெய்யியல் மூலம் புரிந்துகொள்ளலாம்.

போலித் தகவல்களின் காலத்தில் கிருமிக்கும் கூட இன, நிற, மத அடையாளங்கள் சூட்டப்பட்டன. தோல்வியடைந்த வலதுசாரி அதிகாரங்கள் கோவிட் பெருந்தொற்றைச் சீன வைரஸ் என்றன. இசுலாமியர்கள் மூலமே கோவிட் பரவுகிறது என்று தகவல் இந்திய நிலப்பரப்பில் பரப்பப்பட்டது. அதற்கு ஆதரவான போலிப் பதிவுகளும் புகைப்படங்களும் காணொளிகளும் பரவின. உலகைக் கைப்பற்றச்

சீனா ஆய்வகத்தில் உருவாக்கிய கிருமி என்று பரப்பிய காணொளிகளை இப்போதும் தேடிப் பார்க்கலாம். இலுமினாட்டி முதலாளிகளின் கொள்ளை லாப சதி என்றும், சாத்தானின் வருகை என்றும், கலிகாலத்தின் முடிவு என்றும், தேவ தூதன் வருகையின் அறிவிப்பு என்றும், இன்னும் பல வகைச் செய்திகள் பகிரப்பட்டன. இதன் உச்சமாக அமெரிக்க அதிபர் உலகச் சுகாதார நிறுவனத்தின் மீது பழி சுமத்தினார்.

மனித இனம் கடந்த நூற்றாண்டில் சந்தித்த பெரும் தொற்றான 'ஸ்பானிஷ் ஃப்ளூ' ஸ்பெயினில் உருவாகவில்லை. அது பிரான்ஸ், இங்கிலாந்து வழியாக ஸ்பெயினுக்குள் வந்தது. ஆனால், இன்றுவரை அதன் பெயர் ஸ்பானிஷ் ஃப்ளூதான். இப்படியான வெறுப்புப் பிரச்சாரங்களும் போலிச் செய்திகளும் மக்களைப் பாதுகாக்காது. மாறாக, தோல்வியுற்ற அரசுகளை நோக்கி கேள்வி எழுப்பாமல் கற்பனையான பொது எதிரி மீது மக்களின் கோபத்தைத் திசை திருப்பவே உதவுகின்றன. இந்தியாவில் பெருந்தொற்றின் ஆரம்ப நாட்களில் உருவான இசுலாமிய வெறுப்பின் அடிப்படை, 90களில் ஆரம்பித்த உலகளாவிய இசுலாமிய வெறுப்பில் தங்கியிருக்கிறது. இலங்கைத் தீவில் கோவிட் பெருந்தொற்றில் மரித்த இசுலாமியர்களை அடக்கம் செய்ய அனுமதிக்காமல் எரித்தது என்பதும் இதன் தொடர்ச்சியே. இசுலாமிய வெறுப்பு என்பதை மக்களை எளிதில் திசைதிருப்பும் ஆகச் சிறந்த வழியாகவே அநேக அரசுகள் எண்ணிக்கொண்டிருக்கின்றன.

பெருந்தொற்று காலகட்டத்தில் சுவாரசியமான போலிச் செய்திகள் என்று இரண்டைச் சொல்ல முடியும். முதலாவது, ஜெயர் பொலன்சாரோ புகைப்படத்தைத் தாங்கிய ஒரு பதிவு, "நாங்கள் எங்களால் முடிந்த அனைத்தையும் செய்துவிட்டோம். இனி செய்ய எங்களிடம் ஏதும் இல்லை. கடவுளை மட்டுமே இப்போது நம்பியிருக்கிறோம்" எனும் வாசகமும் அதன் முடிவில் இத்தாலிய பிரதமர் எனும் சொற்களையும் கொண்டு பரவியது. அதைப் பலரும் தங்களின் சமூக ஊடகங்களில் பகிர்ந்தனர். அதன் அங்கதம் என்னவெனில், பிரேசில் அதிபர் ஜெயர் பொலன்சாரோவோ இத்தாலியின் பிரதமரான ஜசெப்பி க்கவ்ண்ட்டேவோ அப்படியொரு செய்தியை எங்குமே சொல்லவில்லை என்பதுதான். உண்மையற்ற அந்தப் பதிவு எப்படி உண்மைத் தன்மையை அடைந்தது? பதில், அதில் இருக்கும் கடவுள் எனும் சொல்லும், வெள்ளையின முகமும், கழிவிரக்கம் மிகுந்த வார்த்தைகளும்தான். கடவுள் சார்ந்த அல்லது அறிவியல் சார்ந்த அல்லது புகழ்பெற்ற கல்வி நிலையங்கள் சார்ந்த அல்லது பழம் பெருமைகள் சார்ந்த

சொல்லாடல்கள் மக்களை ஏமாற்றப் போதுமானதாக இருக்கின்றன. அப்படி ஏமாறுவதற்கேற்ற மெய்நிகர் மனமாக மனிதர்கள் மாறிச் சில காலம் ஆகின்றது என்றே நினைக்கிறேன்.

இரண்டாவது, ஜிம்பாப்வே முன்னாள் அதிபரான ராபர்ட் முகாபே சொன்னதாக உலவிய தனிமைப்படுத்திக்கொள்ளுதல், ஊரடங்கு முடக்கம் பற்றிய மேற்கோள். ஆனால், முகாபே 2019இல் இறந்துவிட்டார். அவர் 2020இல் கோவிட்-19 ஊரடங்கு குறித்துப் பேசுவதென்பது அற்புதம்தானே. போலியான மேற்கோள் எப்படி உண்மை என்று பகிரப்பட்டது? பதில் எப்போதும் போல் எளிமையானது. அதில் பொதிந்திருக்கும் நிகழ்காலத்துக்கான ஒப்புமை மற்றும் மனைவியுடன் வீட்டில் இருப்பது பற்றிய பல நூறு வருடங்கள் பழைமையான ஆணாதிக்கக் கருத்தாக்கம்.

இவற்றையும் இக்கட்டுரையில் குறிப்பிடப்பிட்ட பிற செய்திகளையும் தாண்டி, இன்னும் பல வடிவங்களிலும் வடிவங்களற்றும் பல கட்டுக்கதைகள் இணையத்தில் உலவுகின்றன. போலித் தகவல்கள் பற்றிய தரவுகள் செய்திகளாக, ஆய்வுக் கட்டுரைகளாகக் கிடைக்கப் பெறுகின்றன.

போலிச் செய்திகளோ, சதி வேலைகள் குறித்த கட்டுக்கதைகளோ மனிதர்களுக்குப் புதிதல்ல. ஆனால், பெரும் தொழில்நுட்ப நிறுவனங்களின் லாபம் மீதான வேட்கை போலிச் செய்திகளின் அதீத உற்பத்தியில் மிகப்பெரிய பங்கு வகிக்கிறது. மனித இனம், இணையத்தில் படிக்கும் / கேட்கும் / பார்க்கும் செய்திகள் / தகவல்கள் குறித்து எந்தக் கேள்வியினையும் எழுப்பாமல் அடுத்தடுத்த செய்திகளை / காணொளிகளைத் தேடி ஓடிக்கொண்டிருக்கிறது. மனிதர் எனும் விலங்கின் பலம் அதன் சிந்திக்கும் திறனிலே இருக்கிறது. சிந்தனையும் கேள்வி கேட்கும் திறனே மனிதர்களைச் சில லட்சம் வருடங்களாக உயிர்ப்புடன் வைத்திருக்கின்றன. ஆனால், மெய்நிகர் உலகின் மனிதர்கள் keywords எனப்படும் சொல்லாடல்களால்தான் வழிநடத்தப்படுகிறார்கள். மனிதர்களின் சிந்தனை அளவை, கேள்வி கேட்பதின் திறனை big data இயந்திரங்கள் நிர்ணயம் செய்கின்றன அல்லது எதைக் கேள்வி கேட்க வேண்டும், கேட்கக்கூடாது என்பதையும் அவையே முடிவு செய்கின்றன.

இப்போலிச் செய்திகள் அனைத்தையும் உண்மை என்று நம்பும் மனித இனம் அவற்றின் மூலம் சக மனிதர்கள் மீது வெறுப்பை உமிழ்வதைத் தவிர்த்து வேறு எந்தப் பரிணாம வளர்ச்சியையும் அடைந்துவிட

முடியாது. சக மனிதர்கள் மீதான வெறுப்பு மனித இருப்பைச் சுருக்கி, சிறு கூட்டுக்குள் அடைத்துவிடக் கூடியது. பன்முகத் தன்மையும் பரந்து விரிதலுமே பரிணாம வளர்ச்சியின் அடிப்படை. போலிச் செய்திகள் நிரம்பிய செயற்கை நுண்ணறிவு எதிர்காலம் பாரதூரமான விளைவுகளைக் கொண்டதாக இருக்கக்கூடும் என்பதை உளவியலாளர் கிரிசாலிஸ் ரைட், "மனிதர்கள் போலித் தகவல்களை நம்பத் தொடங்கியதும் உண்மையான தகவல்கள் குறித்து அவர்கள் ஐயம் கொள்கின்றனர். எனவே அவர்கள் அறிவியல் உண்மைகளை மறுக்கின்றனர். தவறான தகவல்களை நம்பும் அவர்கள், அவற்றினூடாகச் சதிக் கோட்பாடுகளையும் அவை சார்ந்த போலிச் செய்திகளையும் நம்புகின்றனர். அவர்கள் நம்பும் போலிச் செய்தி அவர்களின் நடத்தையைப் பாதிக்கும்."

சிறைப்பட்டிருக்கும் காலத்தை விடுவிக்கும் வண்ணங்கள்

எல்லாவற்றுக்கும் முன்னால்
நாம் காலத்தையும் வாழ்வையும் காண்கிறோம்.
அவை பந்தயத்தில் ஓடிக்கொண்டிருக்கின்றன
படத்தின் இடப்புறம் நோக்கி கரை கரையைச் சந்திக்கும் இடமது
ஆனால் இந்தச் சந்திக்குமிடம் காண்பிக்கப்படுவதில்லை
அது கித்தானுக்குள் நடைபெறவில்லை
ஏனெனில் கரையின் மறுபுறம்
இருப்பவை சொர்க்கமும் நித்தியமும்

                              - ஆலன் கின்ஸ்பெர்க்.

செதில் செதிலாக உதிரும் அதிகாரம்

'எரிந்த சாம்பலிலிருந்து உருப்பெற்ற கித்தான் முழுவதும், கருகிச் சிதைந்த மனித உடல்கள் நிறைந்திருந்தன. புழுத்துப்போன அதிகார குமட்டலாலும் வன்முறையாலும் எழுதப்பட்ட இரண்டாயிரம் ஆண்டு வரலாற்றை அந்த ஓவியம் அறிவித்தது. கொழுந்துவிட்டு அணையாமல் எரிந்துகொண்டிருக்கும் சாதிய தீ நாக்குகள் எரித்த இதயங்களும் நரம்புகளும் சாம்பலாகிப் போன எலும்புக் குவியல்களும், முடை நாற்றமடிக்கும் வரலாற்றின் சாட்சிகளாக அந்தச் சாம்பல் வர்ண ஓவியம் முழுவதிலும் பரவிக்கிடந்தன. ஓவியத்தின் உள்ளடுக்குகளில், காலத்தால் என்றேனும்

ஒருநாள் விடுவிக்கப்படவிருக்கும், யார் கண்ணுக்கும் தெரியாத, மானிட இருப்பின் நம்பிக்கை புதைந்திருந்தது' என்று நடராஜின் 'வரலாற்றின் மின்மினிப் பூச்சிகள்' ஓவியம் குறித்து நாட்குறிப்பில் எழுதி வைத்திருக்கிறேன்.

சிறைப்பட்ட அன்பின் கதைகள், நடராஜின் ஓவியங்களில் முடிவற்ற சித்திரச் சீலைகளாக உருக்கொள்கின்றன. கோடுகளையும் வர்ணங்களையும் கொண்டு மானிட அகத்தைச் சிறை மீட்டுக் காலத்தையும் வெளியையும் கடந்த இருப்புக்குக் கூட்டிச் சென்று பத்திரப்படுத்துகின்றன. நிகழ்கால அவலங்களை விட்டு தப்பித்தலின் சாட்சியாகக் கடந்த காலங்களை வரையும் நடராஜ், வரலாறு என்று நாம் அறிந்திருப்பவற்றை வரையாமல், வரலாற்றின் அபத்தத்தில் சிக்குண்ட மனிதர்களைத் தன் ஓவியங்கள் வழி மீட்க எத்தனிக்கிறார்.

பெருங்காமம் உயிர்ப்பித்த கானகப் பிரபஞ்சம்

பெருங்காமம் உயிர்ப்பித்த வனாந்தரத்தின் இடுக்குகள் வழி காட்டின் ஈரநிலத்தைத் தரிசிக்கும் சூரியக் கதிர்களும் - செழித்து விரிந்திருக்கும் பச்சைகள் வழி தோன்றும் உயிர்களும் - தோன்றி அலையும் உயிர்களுக்கு அடைக்கலமளிக்கும் விருட்சங்களும் - வனாந்தரத்தின் பசுமையில் லயித்திருக்கும் மனிதர்களும் - முடிவற்ற கானகத்தின் சுழற்சியில் நிற்காமல் சுழலும் உயிர்களும் - செந்நிறத் தீயில் எரிந்து அழியும் காடும் - அழிந்த சாம்பல் நிலத்தைவிட்டுத் தப்பிக்கும் மனிதர்களும் - தண்ணீரற்ற நிலத்தில் தண்ணீருக்கு ஏங்கியபடி குடுவைக்குள் அடைபட்டுக் கிடக்கும் குழந்தையும் - நிலத்தைப் பிளந்துகொண்டு காற்றுடன் கலந்து போகும் நீலப் பெண்ணும் என்று நடராஜின் ஓவியங்களுடன் காடும் அதன் அகமும் அண்டத்தின் உவமையாகப் பயணிக்கின்றன. அநேகப் படைப்புகளில் காடும் இயற்கையும் மனிதர்களும் ஒன்றாக வாழ்கிறார்கள்; ஒன்றாகச் சண்டையிடுகிறார்கள்; நடராஜ் உருவாக்கும் புதிய வெளியில் ஒன்றாகத் தஞ்சமடைகிறார்கள். ஓவியத்தில் வியாபித்திருக்கும் அனைத்திற்கும் காடு ஆன்மாவாக இருக்கிறது.

நடராஜின் ஓவியங்கள் பலவற்றுக்கும் காடே பூர்வீகமாகவும் வெளியின் உவமையாகவும் இருந்துவருகிறது. அதே காடு, நிகழ்காலம் தரும் அலுப்பிலிருந்து மனிதர்களை மீட்கும் பணியையும் மேற்கொள்கிறது. இந்த ஓவியங்கள் மனிதர்களை மட்டுமல்லாது இயற்கையையும் அதிகாரங்களிடமிருந்து மீட்கச் சண்டையிடுகின்றன.

பிளாஸ்டிக் குடுவைக்குள் அடைக்கப்பட்ட தண்ணீருக்கு ஏங்கித் தவிக்கும் குழந்தை இந்தப் பூமியாக உருக்கொள்கிறது. காற்றும் சோறும் நீரும் இல்லாத இந்தப் பூமி பிளாஸ்டிக் குப்பைகளின் கரிய இருட்டில் அமிழ்ந்து போகிறது. குருதி வழியும் மனிதக் காலடித் தடங்கள் பதிந்த நீண்ட கரிய தார்ச்சாலை, 'வளர்ச்சி' அழித்த பூமியை மீட்கச் சொல்லிக் கதறுகிறது. அந்தத் தார்ச்சாலையின் மேலும், அதன் அடியிலும் வளர்ச்சியின் வரலாறு வெட்டி வீழ்த்திய வறிய மனிதர்களின் குருதி நிரம்பியிருக்கிறது. அந்தக் கித்தானுக்குப் பின்னால், காட்சிக்கு எட்டாமல் நீளும் சாலையில் சாரை சாரையாக மனிதர்கள் பிள்ளைக் குட்டிகளுடன் சோறு தேடி அலைகிறார்கள்.

சிதைந்து சிதறும் காலமும் வெளியும்

ஓவியத்தின் காட்சிகளில் உள்ள எதார்த்தத்தின் வன்முறையையும், அவற்றின் அகத்தில் புலப்படும் மானுட மீட்சியையும் குறித்து ஒவ்வொரு கான்வாஸும் பார்வையாளர்களுடன் தொடர்ந்து உரையாட முற்படுகின்றன. அம்மீட்சி அதிகாரத்துக்கு எதிரானதாக, அடக்குமுறைகளை உடைத்தெறிவதாக, வரலாறைப் புதிய வண்ணங்களில் அணுகுவதாக இருக்கிறது. வண்ணங்களின் கீழ் அடுக்குகளில் காலத்தை வெளியேற்றும் அநேக ஓவியங்களும், 'இந்தப் பிரபஞ்சம் நிகழ்வுகளால் ஆனது, பொருட்களால் அல்ல' என்று சொன்ன கார்லோ ரவொலியின் வரிகளை நினைவுபடுத்தி, நிகழ்வுகளில் மறைக்கப்பட்ட நிகழ்வுகளை (Events hidden by the events) மீளுருவாக்கம் செய்கின்றன.

கருணையற்ற வரலாறு பெருமத நிறுவனங்களின் வருகையினூடே அழித்தொழித்த காளியும் பேச்சியும் தொல்லிருள் கிழவிகளாகக் காத்திருக்கிறார்கள். பிறப்பும், வாழ்வும், இறப்பும் சுழற்சியில் நிகழ்கின்றன. மனிதர்கள் தோன்றிய காலம் முதலாக வெளியேற காத்திருக்கும் ஆதி மனிதன், தனது ஒளிவீசும் ஆன்மாவைக் கையில் ஏந்தியபடி விட்டு விடுதலையாகிறான். இரண்டு மனிதர்களின் காதலில் இணைந்த சூலும், உயிர்க்கொடியும் கானகத்தை உயிர்ப்பிக்கின்றன.

தீ ஜுவாலைகள்

சிறைப்பட்ட மனித அன்பின் திரைச்சீலைகளில் கானகத்தை விட்டு வெளியேறும் நடராஜின் ஓவியங்கள், தங்கள் உடல் முழுவதும் தீயின்

ஜுவாலைகளை அணிந்துகொள்கின்றன. அங்கு தீக்கங்குகளுக்கு மத்தியில் ஒரு மனிதன் ஒளிபொருந்திய தன் இதயத்தைக் கைகளில் பத்திரப்படுத்தியபடி தீ நிரம்பிய ஓவியத்தைவிட்டு வெளியேறுகிறான். தீயை அளித்த காட்டுக்கும் பச்சை பூசிய கானக வெளிக்கும் இடையே சிக்கித் தவித்த சூழலும் ஒரு மனித உடல். அது தான் சிக்கிக்கொண்ட புதிய வழியை விட்டு வெளியேற முடியாமல் திமிறிக்கொண்டிருக்கிறது. உளுத்துப்போன உடலையும் கசங்கிக் கிழிந்த பழைய ஆடைகளையும் வெள்ளைத் தொப்பி அணிந்த மனித உடல், நிகழ்காலத்தை விட்டு வெளியேறிக் கொண்டிருக்கிறது. பிளாஸ்டிக் வலைக்குள் சிக்கிக்கொண்ட புராதன பறவை ஒன்று அசைவற்று மீட்பருக்காகக் காத்திருக்கிறது. யானை மலையின் சிவன் மனிதர்களைக் கழுவேற்றிய களிப்பில் ஒய்யாரமாக நடனமாடுகிறான். மனிதர்களிடமிருந்து சிவன் திருடிய யானை மலைக்கு நிகழ் உலகில் லாபத்தின் பொருட்டுப் புதிய கதை புனையப்படுகிறது.

கித்தான்களில் சிக்கிக்கொண்டிருக்கும் அத்தனை உயிர்களும், காலமும், வெளியும் ஓவியங்களை விட்டு வெளியேறவே தவித்துக்கொண்டிருக்கின்றன. நடராஜின் உலகில் மனிதர்களும், கானகமும், ஆதி விலங்குகளும், கல் மலைகளும் ஒன்றாகவே இருக்கிறார்கள். அவர்களில் எவரையும் தனித்துக் காட்ட வண்ணங்கள் எதுவும் அவருக்குத் தேவைப்படுவதில்லை. அவர்கள் முடிவற்ற ஒரு புதிர் சுழற்சியில் சிக்கித் தவிக்கிறார்கள். கருணையற்ற காலம் அவர்களைச் செந்நிறத் தீயின் வன்முறையில் சாம்பலாக்கிச் சிதைக்கிறது.

பறத்தலின் விதி

மனிதர்கள் ஆகாயத்தைப் பார்த்துப் பிரபஞ்சத்தைத் தேடிக்கொண்டிருந்த நாட்களில், ஆல்பர்ட் ஐன்ஸ்டைன் மனிதர்களைப் பார்த்து நீங்களும் அந்த வெளியில் துகள்களாக இருக்கிறீர்கள் என்றார். ஸ்தூலமான இந்த வெளிகளை உடைத்துக்கொண்டு வெளியேறும் நடராஜின் ஓவியங்கள் வழியாக, அதிகாரங்களால் அடக்கிவிட முடியாதபடி சுதந்திரமானதும் நிச்சயத்தன்மையற்றதுமான வெளியில் உயிரினங்கள் திரிகின்றன. வெண்மணியின் தீச்சுவாலைகளை விட்டு வெளியேறும் மனிதர்கள் பாழடைந்த சாதி மூளைகளை வெட்டி வீழ்த்துகிறார்கள். சிறகு முளைத்த குதிரையோடு கானக இருளை விட்டு வெளியேறுகிறான் ஒரு பழுப்புச் சிறுவன். உடைந்து சிதறிய கோடி முகங்களைக் கொண்ட நிர்வாண யட்சி, தன் தசைகளை வெட்டிப் பசியாற்றுகிறாள். கரிய சிறகுகளைக்

கொண்ட அந்தச் செந்நிற மனித உடலும், பச்சை உடல் பெண்ணும் பறக்கத் தயாராகிக்கொண்டிருக்கிறார்கள்.

சிறகுகள் நிரம்பிய ஓவிய வெளி, பார்வையாளருக்கு ஆசுவாசத்தையும் நம்பிக்கையையும் ஒருசேர அள்ளிக் கொடுக்கின்றன. அந்த நம்பிக்கையைத் தேடியே நடராஜின் ஓவியங்களைத் திரும்பச் சென்று பார்க்கிறேன். மனிதர்களின் வன்முறையும் வாழ்வின் அபத்தமும் ஒருசேரக் கேள்விகளாக நிரம்பிய மானிட மூளைக்குப் பதில்களைக் கொடுக்கவில்லை என்றாலும் ஒரு புதிய வெளி அங்கு கேள்வி கேட்கும் நம்பிக்கையைக் கொடுக்கின்றன.

வாழ்வின் அனுபவங்களிலிருந்தும், அவற்றைச் சுற்றிப் புனையப்பட்ட வரலாற்றுப் புனைவுகளிலிருந்தும் நடராஜின் ஓவியங்கள் உருக்கொள்கின்றன. நீலமும் பச்சையும் நிறைந்த அவரது கித்தான்களில் வியாபித்திருக்கும் அனைத்து மனிதர்களும் பறக்கவே எத்தனிக்கிறார்கள். ஆதி முதல் சேகரித்த சிறகுகள் அனைத்தையும் தன் ஓவிய மாந்தர்களுக்குப் பரிசளிக்கும் ஓவியர், அவர்களைத் தன்னுடன் பறக்க அழைக்கிறார்.

நிகழ்காலத்தின் தீ நாக்குகளிலிருந்து ஓவியங்களில் வாழும் அனைவரையும் மீட்கும் நடராஜ், நீல சாயத்தையும் கானகத்தின் பச்சை வர்ணத்தையும் தூரிகையில் கொண்டு அந்த உயிர்களை 'யதார்த்த' உலகிலிருந்து கடத்தி, அடக்குமுறைகளையும் அபத்தமான வன்முறைகளையும் கேள்விகளால் உடைத்தெறியப்பட்ட புதிய பிரபஞ்ச வெளி ஒன்றில் பத்திரப்படுத்துகிறார்.

"இவை இல்லாமல் நம்மால் வாழ முடியாது என்றும், இவற்றுக்குள் நம்மால் வாழ முடியாது என்றும் நாம் அறிந்திருக்கும் முகமூடிகளிலிருந்து அன்பு நம்மை விடுவிக்கிறது" - ஜேம்ஸ் பால்வின்.

கண்காணிப்பு முதலாளித்துவத்தின் காலம்

நாம் கண்காணிப்பு முதலாளித்துவத்தின் (survilance capitalism*) காலத்தில் வாழ்கிறோம். நம் இருப்பின் அத்தனை கூறுகளும் பெரு நிறுவனங்களின் மூலப்பொருள்களாக மாறியிருக்கின்றன. அந்த மூலப் பொருட்களைக் கொண்டு நமக்கான இன்றைய, நாளைய வாழ்வை அவர்கள் நிர்மாணிக்கிறார்கள். தனிநபர் நலன் சார்ந்த தீர்வுகளை ஒவ்வொருவரின் தேவைக்கேற்ப வழங்குவதாய்ச் சொல்லும் அவர்கள் செய்வதெல்லாம் நம்மைக் கண்காணிப்பது; அதன் வழியாக நமது அனுபவங்களை - யாருக்குமே தெரியாத நம் அந்தரங்கங்கள் கூட - அறிந்து தங்களின் வணிக எல்லைகளை விரிவாக்குவது; நம்மைக் கட்டுப்படுத்துவது - நம் சிந்தனையின் எல்லைகளை வரையறுப்பது - நமக்கான நண்பர்களை, காதலர்களை, எதிரிகளை, பொருளாதார, ஆன்மிக, அரசியல், சமூக, மெய்யியல், அறிவியல், கலை, மொழி, பண்பாடு என்று அனைத்து எல்லைகளையும் முடிவு செய்வது. எளிமையாகச் சொல்ல வேண்டுமென்றால் நான் ஒரு மாதத்துக்கு எத்தனை ஆணுறைகளை, எந்தக் கடைகளில், எந்தெந்த ஊர்களில் வாங்குகிறேன் என்பதை வைத்து என் காதல் வாழ்க்கையை அறிவது. இந்தத் தகவலைக் கொண்டு எனக்குத் தேவையான பாலியல்

----

* *surveillance capitalism* - ஷோஷானா ஸுபாப் உருவாக்கிய இந்த வார்த்தையின் விளக்கம் "மனித அனுபவங்களை வர்த்தக நலன்களுக்காக, இலவச மூலப்பொருளாகப் பயன்படுத்தும் பொருளாதார முறை. முதலாளித்துவம் - சலுகைசார் முதலாளித்துவம் வரிசையின் புதிய பரிணாமம் 'கண்காணிப்பு முதலாளித்துவம்'.

இந்த வார்த்தைக்கு எட்டு விளக்கங்களை ஷோஷானா ஸுபாப் கொடுத்திருக்கிறார். அதில் மிகவும் பொருத்தமாக இருந்த விளக்கத்தை இங்கு கொடுத்திருக்கிறேன்.

பொருட்களை, மருத்துவ உதவிகளை, காப்பீடுகளை, டேட்டிங் செயலிகளை, அரசியல் தேர்வுகளை, திரைப்படங்களை, போர்னோ தளங்களை என்று எனக்கான அனைத்தையும் பெரு நிறுவனங்கள் முடிவு செய்வது, அதை என் மீது திணிப்பது. அது மட்டுமல்லாது என் காதலருக்கும் ஆணுறைகளை, காப்பர்-டிக்களை, கர்ப்பத் தடை மாத்திரைகளை விளம்பரம் செய்வது / பரிந்துரைப்பது. மேலும், இந்தத் தகவல் உபரிகளை (data surplus) செயற்கை நுண்ணறிவு இயந்திரங்களுக்கு உணவாய்க் கொடுப்பது. திறம்படச் சிந்தித்து இயங்கும் செயற்கை நுண்ணறிவு (artificial intelligence) இயந்திரங்களின் கணக்கீடுகளுக்குள் எவ்வளவு தகவல்களைத் திணிக்கிறோமோ அந்த அளவுக்குப் பெரு நிறுவனங்கள் அதிக லாபம் சேர்க்க முடியும், மனிதர்களைக் கட்டுப்படுத்த முடியும்.

தகவல்களை ஒரு நபரிடமிருந்து திரட்டுவது மிகவும் எளிமையானது. எடுத்துக்காட்டாக, சில காலத்துக்கு முன்பு நம்மில் பலர் 'போக்கிமேன் கோ' எனும் விளையாட்டை அலைபேசியில் விளையாடியிருப்போம். அதன் வேலையே நாம் வசிக்கும் இடத்தின் வரைபடத்தைக் கூகிளின் தகவல் கிடங்குக்குக் கொண்டு சேர்ப்பதுதான். ஆனால், விளையாடிய அநேகம் பேருக்கு இந்த உண்மை தெரியாது. மேலும், எந்த இணையத்தின் அல்லது செயலியின் விதிமுறைகளையும் நிபந்தனைகளையும் யாருமே வாசிப்பதில்லை. காரணம், அவை பல பக்கங்கள் நீள்வன. உலக அளவில் இணையங்களின் நிபந்தனைகள் - விதிமுறைகள் குறித்துப் பல ஆய்வுகள் நடந்துள்ளன. அவை தரும் அநேக முடிவுகள் ஒன்றுதான். 99% நபர்கள் அவற்றை வாசிப்பதில்லை, அதில் நடக்கும் மாற்றங்கள் குறித்து எந்த அக்கறையும் காட்டுவதில்லை என்பதே. இதுவே இணைய நிறுவனங்கள் தகவல்களை எளிதில் திரட்டும் பாதைகளைத் திறந்துவிடுகிறது.

நாம் யாருமே கண்காணிப்பு முதலாளித்துவத்தின் வாடிக்கையாளர் அல்ல. மாறாக, நாம்தான் கண்காணிப்பு முதலாளியத்தின் மூலப்பொருட்கள். ஒவ்வொரு தனிமனிதரின் அனுபவம், உணர்வுகள், உடல் ஆகிய அனைத்துமே மூலப்பொருள்தான். பூமியின் ஆழத்தில் தேடி எடுத்த தாது பொருட்களின் காலத்தைக் கடந்து, மனித மனங்களிலிருந்தும் உடல்களிலிருந்தும் தாதுக்களை வெட்டியெடுக்கும் காலத்தில் நாம் வாழ்ந்துகொண்டிருக்கிறோம். கூகிள், பேஸ்புக், அமேசான், மைக்ரோசாஃப்ட்,

இளவேனில் ○ 71

ஆப்பிள் என்று பெரும் தொழில்நுட்ப நிறுவனங்களும் அரசுகளும் தனிமனித தகவல் எனும் மூலப்பொருளை அடையவே பேராசையுடன் அழைக்கின்றன. அதில் பல நிறுவனங்கள் உலக மக்களில் 50% பேரின் தகவல்களை ஏற்கெனவே அடைந்துவிட்டன. ஆனால், இது ஒருமுறை மட்டுமே தோண்டி எடுக்கப்படும் மூலப்பொருள் அல்ல. தனிமனித தகவல் என்பது ஒவ்வொரு நொடியும் புதிதாகப் பிறப்பது. நிரந்திரமாக அல்லது மனித மூளை சிந்திக்கும் நாள்வரை சுரந்துகொண்டே இருக்கும் நிலையான செல்வம். அதைக் கொண்டே இன்றைய, நாளைய உலகை நிறுவ அனைத்து முதலாளிகளும் விரும்புகின்றனர். அந்த உலகில் நாம் வெறும் தகவலாக அல்லது மூலப்பொருளாக இருக்கிறோம் - தனிநபர் நலன் சார்ந்து என்று சொல்லியபடி. இன்றைய, நாளைய உலகை அறிவாற்றல் மிக்க இயந்திரங்கள் கண்காணிக்கவும், நிர்வகிக்கவும் இருக்கின்றன. நுண்ணறிவு மிக்க இந்த ஸ்மார்ட் இயந்திரங்களை உருவாக்கவே உலகில் இருக்கும் அநேக நிறுவனங்களும் வேலை செய்கின்றன. இந்த இயந்திரங்கள் உயிர்வாழ தேவையான உணவுதான் நம் அனுபவங்கள், கனவுகள், உடல்கள்.

மனித இனத்தின் பரிணாம வளர்ச்சியில் மிக முக்கியமான சில காலகட்டங்களை வரிசைப்படுத்தினால் அது இவ்வாறாக இருக்கக்கூடும்.

▶ நெருப்பை உருவாக்கும் வழியைக் கண்டடைதல்

▶ வேட்டைச் சமூகம் விவசாயச் சமூகமாக மாறுதல் - இதை, மனித வரலாற்றின் மிகத் தவறான நிகழ்வாக மானுடவியலாளர் ஜெராட் டைமண்ட் குறிப்பிடுகிறார்

▶ தொழில் மயம்

▶ இணையத்தின் வருகை

▶ கண்காணிப்பு முதலாளித்துவச் சமூகம் அல்லது அறிவாற்றல் மிக்க இயந்திரங்களின் காலம்

இந்த ஒவ்வொரு நிலையும் மனித சமூகத்தின் பரிணாம வளர்ச்சிப் பாதைகளை நிர்ணயித்துள்ளன. வருங்காலத்தின் பாதைகளைக் கண்காணிப்பு முதலாளித்துவத்தின் செயற்கை நுண்ணறிவு மிக்க இயந்திரங்கள் உருவாக்கப் போகின்றன. அந்தக் காலத்தில் இன்று இருக்கும் பல இல்லாமல் போகும்.

குறிப்பாக மனித மனதின் உணர்வுகளான அறம், நம்பிக்கை, நேர்மை, காதல், மனிதம், பொய், துரோகம், வஞ்சம் என்று மூளை / மனம் சார்ந்த கூறுகள் பல்வேறு மாறுதல்களை அடைந்திருக்கும். இல்லாமல் போகக்கூடும் என்று சொல்லிவிட முடியாது. ஆனால், நிச்சயம் பெரும் மாறுதல்களைச் சந்திக்கும். அவை தொழிற் புரட்சி ஏற்படுத்திய விளைவுகளைக் காட்டிலும் பெரிதாக இருக்கும். முதல் நெருப்பை மூட்டிய மனிதன் உருவாக்கிய மாற்றத்தைப் போல், விவசாய சமூகமாக மாறிய பின்னர் மனித சமூகத்தின் அனைத்துமே உற்பத்தி உறவுகளாக மாற்றமடைந்ததைப் போல், கண்காணிப்பு முதலாளித்துவ வாழ்க்கை மனிதர்களின் அடிப்படையான, சிந்திக்கும் நிலையில் மாற்றத்தை உருவாக்கும் அதன் விளைவுகள் என்னவாக இருக்கும் என்ற கேள்விக்குப் பதில் தெரியாது, அல்லது வாழ்தல் மூலம் பதிலை அறிய முடியும். சிந்திப்பதற்கும் கேள்வி கேட்பதற்கும் எதிராகப் பயணிக்க நேரும் அடுத்த தலைமுறை, மிகப் பெரிய உளவியல் சவால்களை எதிர்கொள்ள வேண்டியிருக்கும், அதன் காரணமாக வருங்காலத்தின் பிணிகள் மனம் சார்ந்தவையாக இருக்கக் கூடும். புற்றுநோய்களையும் இதய நோய்களையும் எளிதில் குணப்படுத்தப் போகும் இயந்திரங்கள், மனித மனதுக்கு எதிராக வேலை செய்யப் போகின்றன. கேள்வி கேட்காத, சிந்திக்காத மனித மூளை என்பது பத்தாயிரம் ஆண்டுகள் பரிணாம வளர்ச்சியின் எதிர் பயணம்.

பரிணாம வளர்ச்சியில் மனிதர்கள் பின்னோக்கிச் செல்ல வேண்டும் என்றால் அது நெருப்பை உருவாக்கக் கற்றுக்கொண்ட காலத்துக்கு முன்னராகத்தான் இருக்க முடியும் என்று சொல்வேன். ஆனால், அது அறிவியல் முறையில் முற்றிலும் நடக்கவே முடியாத ஒன்று - ஒருவேளை இரட்சகர்கள் இதைச் செய்யகூடும். நாம் வரும்காலங்களைச் செயற்கை நுண்ணறிவு மிக்க இயந்திரங்களுடன்தான் பயணிக்க இருக்கிறோம். அவற்றின் முதலாளிகள் யார் என்பதும் அவற்றைக் கொண்டு அவர்கள் என்ன செய்யப் போகிறார்கள் என்பதும்தான் அடிப்படைக் கேள்வி. சீனா நம் அனுபவங்களைக் கொண்டு அரசுக்கு எதிரான மனநிலை கொண்ட மனிதர்களைக் கண்டுபிடிக்கும்; அமெரிக்கா அறிவாற்றல் மிக்க ஆயுதங்களைச் செய்யும்; ஃபேஸ்புக்கும் அலிபாபாவும் கூகிளும் வியாபாரம் செய்யும்; நம்மைக் கண்மூடித்தனமான நுகர்வோராக மாற்றும்; அலெக்ஸா அல்லது CK வாங்கச் சொல்லும் அனைத்தையும் வாங்குவோம்; கூகிள் நாம்

யாருக்கு ஓட்டுப் போட வேண்டும் என்று அறிவுறுத்தும்; நமக்கான நல்ல தலைவர்களை அவர்கள் கொடுக்கும் விளம்பர காசுகளுக்கு ஏற்றார்போல் தேர்ந்தெடுத்துக் கொடுக்கும்.

இங்கு ஆய்வுக்கு உட்படுத்த வேண்டியது இந்த இயந்திர உலகையா அல்லது அதை உருவாக்க முயலும் கண்காணிப்பு முதலாளித்துவ உலகையா? பல கோடி டாலர்களை இந்த ஆய்வுகளுக்கு முதலீடு செய்யும் சலுகைசார் முதலாளிகள் *(crony capitalist)* உலக நலன் அல்லது மனித நலன் சார்ந்து சிந்திக்கிறார்கள் என்று சொல்வதை அமெரிக்கர்களே நம்ப மறுக்க ஆரம்பித்துவிட்டனர். முதலாளித்துவத்துக்கு எதிரான முதல் குரல் ஐரோப்பாவிலிருந்து தொடங்கியதைப் போல, கண்காணிப்பு முதலாளித்துவத்துக்கு எதிரான குரல்கள் அமெரிக்காவில்தான் முதலில் உருவாகியிருக்கின்றன. லாபத்தை மட்டுமே நோக்கமாகக் கொண்டு இயங்கும் இவர்கள் உருவாக்கப் போகும் இந்த மாற்றங்கள் பெருமளவில் மனித சமூகத்துக்கு நன்மைகளைச் செய்யப் போவதில்லை என்பதை மட்டும் சொல்ல முடியும். காரணம் வெளிப்படையானது. கண்காணிப்பு இயந்திர உலகம் என்பது வறுமையை ஒழிக்கும், போர் இல்லாத உலகை உருவாக்கும், ஏற்றத்தாழ்வுகளை அழிக்கும், சமத்துவத்தைச் சமாதானத்தைக் கொண்டுவரும், நோய்களிலிருந்து விடுதலை கிடைக்கும் என்று சொல்லும் ஜூக்கர்பக், பெசோஸ், கேட்ஸ் என்ற நீண்ட வரிசைகளுக்கும் பின்னால் கண்காணிப்பு, மனித மூளைகளை அடிமையாக்குதல் எனும் இரண்டு அடிப்படை மனித அறமற்ற விளைவுகள் இருக்கின்றன. கண்காணிப்பு முதலாளிகள் இன்று சொல்வதை நாம் காலங்காலமாகக் கேட்டுவந்திருக்கிறோம். வறுமை ஒழிப்பு, மக்கள் நலன் எனும் பதங்கள் பல நூறு ஆண்டுகளாக இந்த உலகில் இருக்கின்றன. அதன் தோற்றுவாய்களே அதற்கெதிராகப் போராடுவதாகவும் தொடர்ந்து சொல்லிவருகின்றன. உலகின் அடிப்படை அமைப்புகளை நவதாராளமயம் உடைத்தெரியும் என்று ஃபூக்கோ சொல்லியதைப் போல்; துப்பாக்கியும் டைனமைட்டும் உலகில் அமைதியை நிலைநிறுத்த உதவும் என்று சொல்வதைப் போல்; சமூக ஊடகங்களின் வருகை மனித மனங்களை நெருக்கமாக இணைக்க உதவும் எனும் வாதத்தின் நிஜத்தைக் காட்டிலும் அதிகமானதாக அங்கு உலாவும் வெறுப்பும், சாதிய வன்மமும், மதப் பூசல்களையும் போல் வளர்ச்சி, தனிநபர் நலன் போன்ற கருத்தியல்களுக்கு எதை விலையாகக்

கொடுக்கப் போகிறோம் என்பதே அடிப்படைக் கேள்வி. விலை, மனிதரின் சிந்தனைத் திறன் மற்றும் கேள்வி கேட்கும் ஆற்றல்.

அப்படியெனில், மனிதர்கள் சிந்திக்கவே மாட்டார்களா? இயந்திரங்கள் தான் சிந்திக்குமா? மனிதர்கள் இன்றைய நாள்வரை இயந்திரங்களைவிட அறிவாளிகள், எனவே கண்காணிப்பு இயந்திரங்களை உருவாக்கும் முதலாளிகள் "யார் சிந்திக்க வேண்டும் என்பதையும் எதைச் சிந்திக்க வேண்டும் என்பதையும், முடிவு செய்வார்கள்" இந்தச் சிந்தனைக் கட்டுப்பாட்டு முறை சமூகத்தில் புதிய தொழில்சார் பிரிவுகளை (division of labour) உருவாக்கும். எமிலே துர்க்கேம் காலத்துத் தொழில்சார் பிரிவுகளைவிட, அறிவு என்பது தனிச் சொத்தாக மாற்றப்பட்ட காலத்தின் தொழில்சார் பிரிவுகள் பல்வேறு மாற்றங்களுக்கும் விளைவுகளுக்கும் வழிவகுக்கும். இந்திய சாதிய அமைப்பைப் போல் அறிவைச் சொத்துடமை ஆக்கும் நிலைக்கு வந்து நிற்கிறது கண்காணிப்பு முதலாளித்துவம்.

இணையத்தின், கணினியின் இந்த உலகைவிட்டுத் தப்பிப்பது என்பது ஃபேஸ்புக், டிவிட்டர் கணக்கை அழிப்பது அல்ல. அப்படி அழித்தாலும் ஏதோ ஒருவகையில் ஏதோ ஒரு நிறுவனம் தகவல்களைத் திரட்டிக்கொண்டுதான் இருக்கும். மேலும் இணையம் இல்லாத இருப்பு என்பது மின்சாரம் இல்லாத இருப்பைப் போன்றது. அவற்றைவிட்டு எப்படித் தப்பிப்பது எனும் காலத்தை நாம் கடந்துவிட்டோம். இயந்திரங்களின் உலகம் இதுவரையான உலகைக் காட்டிலும் மிக வேகமாக உருக்கொள்கிறது, அதனுடன் இணைந்து பயணிப்பதுதான் நமக்கு இருக்கும் ஒரே வாய்ப்பு. ஆனால், எப்படிப் பயணிக்கப் போகிறோம்? கூகிள், ஃபேஸ்புக், அமேசான் சொல்வதைப் போலவா, அல்லது தனிநபர் உரிமைகள் சார்ந்தா என்பதே கேள்வி. இன்றிருக்கும் பெரு நிறுவனங்கள் அனைத்தும் அந்தரங்கம் என்ற ஒன்றை முற்றிலும் நிராகரிக்கின்றன. ஒரு நிறுவனத்தின் பொருட்களில் இருக்கும் வசதிகளைப் பயன்படுத்த தனிமனிதர்கள் அவர்களின் அந்தரங்கத்தை ஒப்புக்கொடுக்க வேண்டும். எடுத்துக்காட்டாக, நீங்கள் எங்கே இருக்கிறீர்கள் எனும் தகவலைச் சொல்லாமல் கூகிள் வரைபடத்தை முழுமையாகப் பயன்படுத்த முடியாது. இதேதான் பொருட்களின் இணையம் என்று சொல்லப்படும் internet of things உலகிலும். ஸ்மார்ட் தொலைக்காட்சி, ஸ்மார்ட் கைக்கடிகாரம், ஸ்மார்ட் துடைப்பான், ஸ்மார்ட் படுக்கை,

ஸ்மார்ட் மின்விளக்கு, ஸ்மார்ட் பூட்டு, ஸ்மார்ட் கழிப்பிடம், ஸ்மார்ட் கண்காணிப்பு கேமரா என்று அனைத்துமே நாம் கொடுக்கும் தனிமனித தகவல்களுக்கேற்ப சிறப்பாக வேலை செய்யும். முதலாளித்துவ உலகின் வர்த்தகம், பணம் - அதற்கேற்ற பொருள் எனும் அளவீடில் இயங்கியது. புதிய முதலாளித்துவம், பணம் - தனிநபர் தகவல் - அதற்கேற்ற பொருள் - அதன் பயன் எனும் அளவீடில் இயங்குகிறது. நாளைய உலகம் என்பது இந்த ஸ்மார்ட் இயந்திரங்களைக் கொண்டுதான் சுழலப் போகிறது. இது எதுவுமே இல்லாது வாழும் மனிதர்கள் அல்லது இணைய உலகில் மிகக் குறைவாக இயங்கும் அல்லது குறைந்த தகவல்களை மட்டும் வைத்திருக்கும் மனிதர்கள் என யாரும் கண்காணிப்பிலிருந்து தப்பியவர்கள் அல்லர். இவர்கள் இணையத்தில் இல்லை அல்லது குறைவான தகவல்களை மட்டுமே பகிர்ந்திருக்கின்றனர் என்பதே கண்காணிப்பு முதலாளித்துவ இயந்திரங்களுக்கான அனுபவ உபரிதான்.

கண்காணிப்பு முதலாளித்துவத்தின் இயக்கம் மிகவும் எளிமையானதாக இருக்கிறது. காரணம், அதன் வடிவம். தனிநபர் நலன் - பாதுகாப்பு - எதிர்காலம் - எளிமையாக்கப்பட்ட இருப்பு - தவிர்க்க முடியாத மாற்றம் - அச்சம் - பயம் எனும் புள்ளிகளில் தன் இருப்பை நிலைநிறுத்திக்கொள்கிறது. கண்காணிப்பு முதலாளிகளிடம் இருக்கும் தனிநபர் உபரிகள் ஆட்சியைப் பாதுகாக்க, தேர்தல்களில் வெற்றிபெற என்று பல வடிவங்களில் தேவைப்படுவதால் இந்நிறுவனங்களின் அத்தனை செயல்களுக்கும் அரசுகள் துணையாகத்தான் இருக்கின்றன.

சமீபத்தில் பார்த்த இரண்டு தமிழ்த் திரைப்படங்களின் காட்சிகள்தான் நாம் கண்காணிப்பு முதலாளித்துவம் குறித்து எந்தப் புரிதலும் இல்லாமல் இருப்பதை வெளிப்படுத்துகிறது. 1) அமெரிக்காவிலிருந்து வரும் நாயகன் நாட்டைத் திருத்த தேர்தலில் நிற்கிறார், தன் கட்சி சார்பாக நிற்கும் சக வேட்பாளர்களை அவர்களின் இணைய இருப்பின் தகவல்களைக் கொண்டு தேர்ந்தெடுக்கப் போவதாய்ச் சொல்கிறார். ஒருவரின் மின்னஞ்சல், கூகிள் தேடல், ஃபேஸ்புக் தகவல்கள், வங்கிக் கணக்குகள் உள்ளிட்ட அனைத்து இணைய தகவல்களையும் கொண்டு செய்வதாய்ச் சொல்வார் - இதையேதான் பெரு நிறுவனங்களும் சொல்கின்றன. திரைப்படத்தின் நாயகன் சொல்லும் புரட்சிதான் கண்காணிப்பு முதலாளித்துவத்தின் அடிப்படை. 2) வீட்டில்

கணவன், குழந்தைகள் இல்லாத தனிமையைப் போக்க அலெக்ஸாவுடன் பழகும் நாயகிக்கு அது அம்மு என்ற தோழியாக மாறிவிடுகிறது. அந்தத் தோழியின் வருகை அவள் வாழ்வில் மாயாஜாலத்தை நிகழ்த்துகிறது. இதைத்தான் அமேசானும், கூகிளும் சொல்கின்றன - உங்களின் உற்றத் தோழமை.

நம் தனிமையும் அந்தரங்கமும்தான் மூலதனம் - சந்தை. தனிமனித உரிமை குறித்தான எந்தப் புரிதலும் / நம்பிக்கையும் இல்லாத இந்தியச் சமூகத்தில் இது எதுவுமே பெரிதாகத் தோன்றாமல் இருக்கும். நம் அனைத்துத் தகவல்களையும் ஏற்கெனவே அரசு, ஆதாரின் வடிவில் வைத்திருக்கிறதே. ஃபேஸ்புக் முழுவதும் எனது கூகிள் தேடுதல்களுக்கேற்ப விளம்பரங்கள் வருகிறதே என்று எளிதில் கடந்துவிடக் கூடும். ஆனால், தகவல் பாதுகாப்பு உரிமை குறித்தான உரையாடல் சுற்றுச்சூழல் பாதுகாப்பைப் போல் நமது தலைமுறைக்கான போராட்டமாக இருக்கப் போகிறது என்பதைச் சமீபத்தில் வாசித்த இரண்டு புத்தகங்கள் வெளிப்படையாகச் சொல்கின்றன. இந்தக் கட்டுரையும் இவ்விரண்டு புத்தகங்களின் கருத்துகளைக் கொண்டே எழுதப்பட்டிருக்கிறது.

1. சென்ற வருடம் வெளியான பேராசிரியர் ஷோஷானா ஸுபாப் (*Shoshana Zuboff*) எழுதிய 'கண்காணிப்பு முதலாளித்துவத்தின் காலம்' (*the age of surveillance capitalism*). இணைய பெரு நிறுவனங்கள், தனிமனித தகவல் சார் அரசுகளின் கொள்கைகள், கண்காணிப்பு முதலாளித்துவ வணிக அமைப்பு ஆகியவை குறித்தும், அவை சமூகக் கட்டமைப்பில் செய்யும் / செய்யப்போகும் மாறுதல்கள் குறித்தும் பல வருட ஆய்வுகளுக்குப் பின் சமூகவியல் நோக்கில் எழுதப்பட்ட புத்தகம். மனித சமூகத்தில் பெரும் தாக்கத்தை ஏற்படுத்திய புத்தகங்களில் டார்வின் எழுதிய 'உயிரினங்களின் தோற்றம்', ப்ராய்ட் எழுதிய 'கனவுகளின் விளக்கம்', மார்க்ஸ் எழுதிய 'மூலதனம்', கலிலியோ எழுதிய 'இரண்டு புதிய அறிவியல்கள்' வரிசையில் 'கண்காணிப்பு முதலாளித்துவத்தின் காலம்' இருக்கும்.

2. இந்த வருடம் தமிழில் வெளிவந்திருக்கும் அதிஷாவின் 'சர்வைவா'. அதிஷா மிகவும் நம்பிக்கையான மனிதர். புத்தகம் முழுவதும் நம் தலைமுறை உலகுக்கான மானிட இருப்பின் நம்பிக்கையைத் தேடுகிறார், அதற்கு இரயிலைக் கண்டுபிடித்த கதை முதல் ஏனைய பல அறிவியல்

கண்டுபிடிப்புகளையும் துணைக்கு அழைக்கிறார். ஆனால், அப்படி நம்பிக்கையான ஒரு காலத்துக்குள்தான் செல்லப் போகிறோமா அல்லது வாழ்கிறோமா என்றால் "நான் அவநம்பிக்கையான மனிதன், வருங்காலம் நம்பிக்கையற்றதாகத்தான் இருக்கிறது" என்று கோட்பாட்டு அறிவியலாளர் கார்லோ ரவோலியின் வார்த்தைகளைத்தான் மேற்கோள் காட்ட வேண்டியிருக்கிறது. நம்பிக்கையினைத் தாண்டிப் பல இடங்களில் கண்காணிப்பின் விளைவுகளை நேரடியாகப் பேசுகிறது இந்தப் புத்தகம். அறிவாற்றல் மிக்க இயந்திரங்கள் என்னவெல்லாம் செய்யப் போகின்றன, அதன் காரணமாக நம் வாழ்வியல் எத்தகைய மாற்றங்களுக்கு உள்ளாகும் என்று பேசுகிறது 'சர்வைவா'. இந்தப் புத்தகத்தில் இருக்கும் அதிகப்படியான நாளைய உலகின் நம்பிக்கைகளைத் தாண்டி - அதில் எனக்கு உருவாகும் முரண்களைத் தாண்டி, அலெக்ஸாவைத் தோழியாக பாவிக்கும் தமிழ்க் கதைகளுக்கு நடுவே இன்றைய, நாளைய கண்காணிப்பு இயந்திர உலகத்தை (surveillance machine world) எளிமையான வாசகர்களும் புரிந்துகொள்ளும்படியான ஓர் அறிமுகப் பிரதியை எழுதியிருக்கிறார் அதிஷா.

மரணங்கள் / படுகொலைகள்

மரணம் / படுகொலை 1: கேரளாவில், மது என்னும் தொல்குடி இளைஞர் சோற்றுக்கான பொருட்களைத் திருடிய குற்றத்திற்காய் படுகொலை செய்யப்பட்டார். அவரது மரணம் சமூகத்தின் அறச்சீற்றத்தையும் கிளறிவிட்டது. சமூக ஊடகங்களில் உணவுக்காக ஒருவன் திருடியது குற்றமா, அதற்குத் தண்டனை மரணமா என்று நிலைத்தகவல்களையும், ட்வீட்களையும் பதிவு செய்தோம், மது தாக்கப்படும் காணொளியினைப் பகிர்ந்தோம், கைகள் கட்டப்பட்டிருக்கும் மதுவின் புகைப்படத்தைப் பகிர்ந்தோம், பினராயி விஜயனும் மம்மூட்டியும் கூட தங்கள் அறச் சீற்றத்தை வெளிப்படுத்தினார்கள். மம்மூட்டி ஒருபடி மேலே சென்று "அவனை ஆதிவாசி என்று சொல்லாதீர்கள், அவன் என் சகோதரன்" என்றார். இந்தச் சமூகத்தில் மனிதம் செத்துவிட்டது என்றோம், நாம் அனைவரும் ஒன்றாக அவரவர் குரலில் ஒட்டுமொத்த சமூகத்தையும் குற்றவாளி ஆக்கினோம்.

மரணம் / படுகொலை 2: விழுப்புரத்தில் தலித் சிறுவன் ஒருவன் கொடூரமாய் படுகொலை செய்யப்படுகிறான். அவனது சகோதரி பாலியல் வன்புணர்வு செய்யப்பட்டுத் தாக்கப்படுகிறார், அவர்களின் தாயும் கடுமையாகத் தாக்கப்படுகிறார். அம்மாவும் மகளும் உயிருக்கு ஆபத்தான நிலையில் மருத்துவமனையில் இருக்கின்றனர். ஒரு தலித் குடும்பம் ஆதிக்கச் சாதியினரால் தாக்கப்படுகிறது, அதில் ஒரு குழந்தை கொடூரமாகக் கொல்லப்படுகிறார். ஆனால், இதுவரை யாரும் கைது செய்யப்படவில்லை. சமூக ஊடகங்கள், காட்சி / அச்சு ஊடகங்கள் அநேகமாக மௌனமாக இருந்தன அல்லது இப்படியொரு சம்பவம் நடந்தது எனும் உணர்வற்று எளிமையாக அதைக் கடந்துவிட்டன. வழமை போல் அரசியல் கட்சிகள் கண்டன அறிவிப்புகளை வெளியிட்டன. சிறப்பம்சமாக அன்புமணி

ராமதாஸ் பாமக சார்பில் கண்டன அறிக்கை வெளியிட்டார். தலை பிளந்து முகம் சிதைந்த நிலையில் சடலமாய் இருந்த அந்தக் குழந்தையின் பிணம் நம்மின் பொது மனசாட்சியினை உலுக்கவில்லை.

மரணம் 3: அந்த ஞாயிறு காலை இந்தியர்களுக்கு அப்படி விடிந்திருக்க வேண்டியதில்லைதான். தொலைக்காட்சித் திரைகளிலும், அலைபேசி திரைகளிலும் தெரிந்த அந்த மரணச் செய்தியைப் பார்த்துப் பல கோடி இந்தியர்கள் துயருற்றனர். கோடிக்கணக்கான 'RIP'க்கள், பல நூறு செய்திக் கட்டுரைகள், செய்திக்காட்சிகள், விவாதங்கள். ஒரு தேசமே சோகம் கொள்வதாய் அமைந்தது அந்த நடிகரின் மரணம். மதுவுக்கு அறச்சீற்றம் கொண்டவர்களும், விழுப்புரம் குழந்தையின் மரணத்தைச் செய்தியாகக் கூட அறியாமல் கடந்தவர்களும் தாங்கள் நேசித்த நடிகரின் மரணத்துக்காய்ப் பெருந்துயருற்றனர்.

மரணம் / படுகொலை 4: ஹாசினி எனும் குழந்தையைப் பாலியல் வன்புணர்வு செய்து எரித்துப் படுகொலை செய்த தஷ்வந்துக்குத் தூக்கு தண்டனை அறிவித்தது நீதிமன்றம். அதைச் சமூகமாய்க் கொண்டாடி வரவேற்றோம், நீதி கிடைத்திருப்பதாய் மகிழ்ச்சியடைந்தோம். மரண தண்டனைகளுக்கு எதிராகப் பேசும் அநேக மனித உரிமை போராளிகள் கூட இதுவரை மௌனம் காக்கின்றனர். மரண தண்டனை உண்மையில் தண்டனையா? தஷ்வந்தைக் கொல்வதால் இந்தச் சமூகம் மாறிவிடுமா? அப்படியென்றால் டெல்லி நிர்பயா வழக்கில் தூக்கு தண்டனை அறிவிக்கப்பட்டவுடனே ஒட்டுமொத்த இந்திய ஆண் சமூகமும் திருந்தியிருக்க வேண்டுமே. குடும்பத்தில் கணவர்கள் மனைவிகள் மீது செலுத்தும் பாலியல் வல்லுறவுகளுக்கு எதிராகப் பேச முடியாது, சட்டம் இயற்ற முடியாது. அப்படிச் செய்தால் குடும்ப அமைப்பு சிதைந்துவிடும் என்று சொல்லும் ஒரு சட்ட அமைப்பு வழங்கும் தண்டனை சரியான தீர்வுக்கு இந்தச் சமூகத்தை இட்டுச் செல்லுமா? ஒரு கொலை தண்டனை மூலம் எல்லாவற்றையும் மாற்றிவிட முடியுமா?

மரணங்கள் / படுகொலைகள் 500+: அநேக மத்திய கிழக்குத் தேசங்களின் இயற்கை வளங்களைக் கையகப்படுத்தும் நோக்கில் உலகப் பேரரசுகள் இதுவரை ஈராக்கில், லிபியாவில், ஆப்கனில் என்னென்ன செய்தனவோ அதையே சில வருடங்களாய் சிரியாவிலும் செய்துவருகின்றனர். சமீபத்திய தாக்குதல்களில் 500க்கும் அதிகமானோர்

படுகொலை செய்யப்பட்டுள்ளனர், அதில் 150க்கும் அதிகமான குழந்தைகள் பலியாகியிருக்கின்றனர். தாக்குதல்களில் பலியான, பாதிக்கப்பட்ட குழந்தைகளின் புகைப்படங்களும் காணொளிகளும் சமூக ஊடகங்களை ஆக்கிரமித்திருக்கின்றன. எல்லோரும் சிரியாவுக்காய்ப் பிரார்த்திக்கிறோம், ஆனால், யாரிடம் என்று தெரியவில்லை. கனடா தேசத் தலைமை அமைச்சர் சிரியா அகதிகளைப் புன்னகையுடன் வரவேற்ற காணொளிகள் அதிகமாய்க் காணக் கிடைக்கின்றன. உலகத் தலைமை பீடங்கள் இந்தத் தாக்குதல்கள் குறித்து ஒரு வார்த்தைக் கூட சொல்லவில்லை. இந்திய இராணுவச் சிப்பாய் ஒருவர் "என்ன அநியாயம் நடக்கிறது, ஏன் இப்படி அப்பாவி மக்களைக் கொல்கிறார்கள்" என்று சொன்னார், பதிலாக "உங்களுக்குக் காஷ்மீர் தெரியுமா" என்று அவரிடம் கேட்கவில்லை.

மரணம் / படுகொலை?: ஜனவரி 17ஆம் தேதி ஆசிபா எனும் எட்டு வயது குழந்தை படுகொலை செய்யப்படுகிறாள், அதற்கு முன்னான எட்டு நாட்கள் அக்குழந்தையைக் கோயிலுக்குள் வைத்து ஒரு கூட்டம் வன்புணர்வு செய்திருக்கிறது. அதைப் பற்றி எந்த ஓர் ஊடகமும் ஏப்ரல் வரை பெரிதாகப் பேசவில்லை, யாரும் கைது செய்யப்படவில்லை. குற்றவாளிகளைக் கைது செய்யக்கூடாது என்று அமைச்சர்கள் இருவர் போராட்டம் நடத்துகின்றனர். ஆசிபா பாலியல் படுகொலை செய்யப்பட்டு மூன்று மாதங்கள் கழித்து நாம் எல்லோரும் ஆத்திரப்படுகிறோம். குற்றவாளிகளைக் கொலை செய்ய வேண்டும் என்று பேசுகிறோம். இதே நேரத்தில், உத்தரபிரதேசத்தில் 17 வயது பெண் ஒருவரைப் பாலியல் வன்புணர்வு செய்த பாஜக சட்டமன்ற உறுப்பினரை ஒரு வருடம் கழித்து கைது செய்திருக்கிறார்கள். அந்தச் சிறுமியின் தந்தை மர்மமான முறையில் மரணிக்கிறார்.

இங்கு பட்டியலிடப்பட்டிருக்கும் மரணங்கள் எதுவுமே புதிதல்ல, காலங்காலமாய் நடந்துகொண்டிருக்கும் ஒன்றுதான். இடமும் மனிதர்களும் மட்டுமே மாறிக்கொண்டிருக்கின்றனர். மரணங்களைச் சுற்றி நடக்கும் நாடகங்களும், துக்க விசாரிப்புகளும், குற்றச் சுமத்தல்களும் கூட புதிதல்ல. மானுட வாழ்வின் அபத்தம், மனிதர்கள் மரணத்திடமிருந்து தப்பிக்கும் பொருட்டுதான் வாழ்வின் அநேக விடயங்களையும் செய்துகொண்டிருக்கிறார்கள். ஆனால், பிறந்த நொடி முதல் அல்லது கரு உருவான நொடி முதல் வாழ்க்கை என்பது உலகில் இருக்கும் அத்தனை உயிரினங்களுக்கும் மரணத்தை நோக்கிய பயணமாக மட்டுமே இருக்கிறது. பிறப்பு என்பதே மரணத்தை நோக்கிய பயணம்

எனும்போது ஏன் மரணத்தைக் கண்டு மனிதர்கள் இத்தனை கூச்சல் போட வேண்டும்? காரணம், மனித மூளை பெருத்துவிட்டது. யார் வாழ வேண்டும், யார் மரணிக்க வேண்டும் என்பதை மனித மூளை தீர்மானிக்க ஆரம்பித்துப் பல்லாயிரம் வருடங்கள் கடந்துவிட்டன. தன் பேராசைக்காக உயிர்களைக் கொலை செய்யத் துடிக்கும் அந்த மூளைக்கு எதிராகப் பேச வேண்டியிருப்பது மானுட இருப்பின் அவசியமானதாக இருக்கிறது.

மதுவின் கொலை கண்டு அறச் சீற்றம் கொண்ட நம்மில் பெரும்பான்மையானவர்கள் மதுவுக்கு எதிராக நடந்த வன்முறையை வேறு வடிவத்தில், வெவ்வேறு காலச் சூழலில் வெவ்வேறு மனிதர்களிடத்தில் நடத்திக்கொண்டுதான் இருக்கிறோம். மது மட்டும் சோறு இல்லாமல் மரணிக்கவில்லை, மனித சமூகம் பல்லாயிரம் மனிதர்களைத் தினம் தினம் பட்டினியால் கொலை செய்கிறது. இந்தச் சமூக அமைப்பில் உயிருடன் இருக்கும் ஒவ்வொருவரும், நடக்கும் பட்டினி கொலைகளுக்குக் காரணமானவர்களாய் இருக்கிறோம். இந்தக் கட்டுரையை எழுதிக்கொண்டிருக்கும் இன்றைய நாளில் நாம் மதுவை மறந்துவிட்டோம். நாம் பேச வேறு கொலை இருக்கிறது. இங்கு நடக்கும் அனைத்துக் கொலைகளில் நமக்கும் சமபங்கு இருக்கிறது எனும் உண்மையைப் பேசவும் உணரவும் மறுக்கிறோம். தவறுகளை யாரோ செய்கிறார்கள், நாம் புனிதமானவர்கள் என்று நம்புகிறோம். ஆனால், இச்சமூகத்தில் நடக்கும் ஒவ்வொரு கொலையின் குருதிக் கறையும் நம் அனைவரின் கைகளிலுமே படிந்திருக்கிறது.

உணவு வேண்டிக் கையேந்தி நிற்கும் ஒருவரிடம்தான் நாம் நேர்மையை எதிர்பார்க்கிறோம். அந்த நேர்மையின் அளவீட்டிலேயே நம் தர்ம அளவீட்டை முன்வைக்கிறோம். முதலில் ஒருவர் உணவுக்காய் கையேந்துவது என்பதே மானிட சமூகத்தின் வளர்ச்சி எனும் கோட்பாட்டுக்கு முற்றிலும் எதிரானது. இந்த உலகில் இருக்கும் அனைத்து உயிர்களுக்கும் இங்கு வாழும் உரிமை இருக்கிறது. உழைப்பு, வெற்றி, வளர்ச்சி, செல்வம் எனும் பெயர்களில் நம் சக உயிர்களுக்குக் கிடைக்க வேண்டிய அடிப்படை உரிமைகளைப் பறித்துக்கொள்வது மானுடம் அல்ல. ஆனால், மொத்த சமூகமும் ஒன்றுசேர்ந்து, மதுவை இந்தப் பெயர்களில் ஒன்றைக் கொண்டுதான் கொலை செய்தோம்.

மது ஏன் திருட வேண்டும்? மதுவின் நிலத்தைவிட்டு அவரையும் அவர் சமூகத்தையும் துரத்தியது யார்? மேற்குத் தொடர்ச்சி மலைக் காடுகளை

ஏன் அழிக்கிறார்கள்? இந்தக் கேள்விகள் எதற்கும் அதிகார மையங்கள் பதில் சொல்ல மாட்டார்கள். 2000ங்களுக்குப் பின்னான மூன்றாம் உலக அரசுகள் மக்கள் நலன் எனும் கொள்கைகளை முற்றிலுமாய் மேற்கு நாடுகளிடம் அடகு வைத்துவிட்டதை, அதன் பின்னனியில் நடக்கும் லாப வேட்டைகளை எந்த ஊடகங்களும் நம்மிடம் பேசாது.

இந்தியத் துணைக்கண்டத்தின் சமூக அமைப்பு ஒரு துளி அளவிலும் சமத்துவத்தையும் சமூகநீதியையும் சார்ந்ததாக இருக்கவில்லை. நம் சமூக மனம் அல்லது சமூக உளவியல் என்பதே ஏற்றத்தாழ்வுகளை நம்பும், பின்பற்றும் ஒன்றாகத்தான் இருக்கிறது. பிறப்பு முதல் இறப்பு வரை அனைத்தும் பாகுபாடுகளுடன் அமையப்பெற்ற ஒரு சமூகத்தில் மனிதர்களுக்கான வாழும் உரிமையும் ஜனநாயகமும் எப்படி இருக்க முடியும்? இன்னும் சாதியச் சுவர்களும், மத வேற்றுமைகளும் / ஒவ்வாமைகளும், பால் அடக்குமுறைகளும் இருக்கும் ஒரு சமூகத்தை எப்படிச் ஜனநாயகச் சமூகம் என்று சொல்ல முடியும். மதுவுக்காகவும் ஆசிபாவுக்காகவும் ஆத்திரப்படும் நாம்தான் சாதியையும், மதத்தையும், குப்பையான இந்தக் கலாச்சாரத்தையும் தூக்கிப்பிடித்துப் பெருமை பேசுகிறோம். மதுவுக்காகவும், ஆசிபாவுக்காகவும், சிரியாவுக்காகவும், மற்ற அனைவருக்காகவும் துயர் கொள்ளும் நாம் முதலில் நம்மை நினைத்துதான் வெட்கப்பட வேண்டும்: நம் சாதிப் பெருமைகளைப் பேசுவதற்காக, மத அடையாளங்களைத் தூக்கிச் சுமப்பதற்காக, பால் அடையாளங்களில் திமிர் கொள்வதற்காக.

பெண்களுக்கும், ஒடுக்கப்பட்ட தொல்குடி - தலித் மக்களுக்கும் எதிராக நடக்கும் வன்முறைகளில் ஒரு சதவீதம் கூட உண்மையாகப் பதிவு செய்யப்படாத, அதைப் பற்றிய உரையாடலை நிகழ்த்த விரும்பாத ஒரு சமூகத்தில் எந்த மானுட அறத்தை எதிர்பார்ப்பது? நிர்பயாவுக்கும் ஆசிபாவுக்கும் ஆத்திரப்படும் நாம்தான் நமக்குத் தெரிந்த ஒரு பெண்ணை வேசி என்று சொல்லியிருப்போம்; ஒரு குழந்தையிடம் "நீ பெண், அடக்கமாக இரு" என்று சொல்லியிருப்போம்; "உன் கணவன் அடிக்கவே செய்வான், நீ பெண் அமைதியாக இரு. குடும்ப மானமே உன்னிடம்தான் இருக்கிறது" என்று சொல்லியிருப்போம்; காதலித்த மகளை ஆணவக் கொலை செய்திருப்போம்; அவள் தன் உடலைக் காண்பித்து வேலையில் உயர் பதவிக்குச் சென்றுவிட்டாள் என்று சொல்லியிருப்போம்; குண்டு என்கிறோம்; கருப்பு என்கிறோம்; அடுத்தவரின் படுக்கை அறையினையும்,

கால் இடுக்குகளையும் எட்டிப் பார்க்கப் பேரார்வம் கொள்கிறோம்; உஸ்ஸு, ஒம்போது என்கிறோம். பெண்கள் மீது அனைத்து வித வன்முறைகளையும் செய்யும் இந்தத் தேசம்தான், தேசியப் பெருமையையும் கலாச்சாரப் பெருமிதத்தையும் பெண்ணுடல் மீதே திணித்து வைத்திருக்கிறது.

பாலியல் வன்முறைகள் அநேகமும் ஆண் எனும் அதிகாரத்தை நிரூபிக்கும் பொருட்டே நடந்தேறுகின்றன. ஆண்களின் பாலியல் வேட்கை என்பது இரண்டாம் பட்சமாகவே இருக்கிறது. 'நான் ஆண், மற்ற பாலினங்களுக்கு எதிராக எதுவும் செய்ய உரிமை உள்ளவன்' என்பதை ஒரு குழந்தை பிறந்தது முதல் அதனிடம் சொல்லி வளர்க்கப் பழகியிருக்கிறது இந்தச் சமூக அமைப்பு. ஆண்களின் பார்வை, உடல் மொழி என அனைத்திலும் அதிகாரத்தை நிரூபிக்கும் திமிர் நிரம்பியிருக்கிறது. ஆசிபாவுக்கு எதிரான வன்முறைக்கான காரணமாகக் குற்றவாளிகள் சொல்லியிருப்பது தங்கள் 'இந்து வலிமையை நிரூபிப்பது' அநேக பாலியல் வன்முறைகளும் வலிமைகளை நிரூபிக்கவே நடக்கின்றன. நம் அரசமைப்பு உடல், பாலியல் ரீதியான வன்முறைகளையே பெண்களுக்கு எதிரான வன்முறைகள் என்று பேசுகிறது. பொதுச் சமூகமோ பாதிக்கப்பட்டவர்களையே அநேக நேரம் குற்றவாளியாக்குகிறது. ஒரு பெண் ஏன் இரவு பத்து மணிக்கு வெளியே செல்ல வேண்டும் அல்லது ஒரு பெண் ஏன் இப்படி ஆடை உடுத்த வேண்டும் என்று கேட்கிறது.

பெண்களுக்கெதிரான ஒவ்வொரு வன்முறைக்கும் முழுத் தீர்வாக மரண தண்டனையை முன்வைக்கிறோம். ஒவ்வொரு மரண தண்டனை அறிவிப்பின்போதும் நீதி கிடைத்ததாக ஆனந்தம் கொள்கிறோம். ஆனால், இந்தத் தேசம் முழுவதும் பெண்களுக்கு எதிரான வன்முறைகளும், பாலியல் வன்புணர்வுகளும் ஒவ்வொரு நொடியும் நடக்கிறது. அதிலும் குறிப்பாக ஒடுக்கப்பட்ட, சிறுபான்மை பெண்களுக்கும், மற்ற பாலினத்தவருக்கும், பால் புதுமையினருக்கும் எதிராக நடக்கும் வன்முறைகளுக்கான தகவல்கள் எங்கேயும் பதிவு செய்யப்படுவதில்லை. அப்படியான வன்முறைகளைச் செய்பவர்களில் பாதிபேர் இந்தச் ஜனநாயக அரசில் ஏதோவோர் இடத்தில் அங்கம் வகிப்பவர்களாகவே இருக்கிறோம். இத்தனை மரண தண்டனைகளுக்குப் பின்னும் ஏன் இந்தச் சமூகம் மாறவில்லை? காரணம், நாம் தீர்வுகளைச் சட்ட புத்தகங்களில் தேடுகிறோம். ஆனால், சமூகமே மிகவும் பிற்போக்காய், ஏற்றத்தாழ்வுகளுடன் இருக்கும்போது சட்ட காகிதங்கள் எப்படி முழுமையான தீர்வு தரும்? மேலும் நம் சட்ட

முறைகளும் தண்டனை முறைகளும் குற்றவாளிகளைத் திருத்துவதற்கான முறைகளாக இல்லாமல் மேலும் தீவிர குற்றவாளிகள் ஆக்குவதற்கான இடமாகவே இருக்கின்றன. இப்படியிருக்க சமூகத்தில் கொலை தண்டனை என்ன மாற்றங்களைக் கொடுக்கும்? நாம் அடிக்கடி ஒப்புமைபடுத்திப் பேசும் இசுலாமிய நாடுகளில் பெண்களுக்கு எதிரான குற்றங்கள் இங்கு நடப்பதற்குச் சமமாக நடக்கின்றன. ஆனால், கொலை தண்டனையே இல்லாத ஸ்வீடன் போன்ற மேற்கு நாடுகளில் பெண்களுக்கு எதிரான வன்முறைகள் கிழக்கைக் காட்டிலும் குறைவாக நடக்கின்றன. காரணம், இரண்டாம் உலகப் போருக்குப் பின்னான மேற்கு உலகம் தன் விக்டோரிய விழுமியங்களைத் தூக்கி எறிந்துவிட்டுப் புதிய சமூகத்துக்கான முயற்சியில் இருக்கின்றனர். ஆனால், நாம் இன்னும் விக்டோரிய விழுமியங்களை நம் கலாச்சாரப் பின்புலத்துடன் இணைத்துப் பழமையிலேயே இருக்கிறோம்.

நிர்பயாவுக்கும் ஆசிபாவுக்கும் ஆத்திரப்படும் நம்மில் எத்தனை பேர் இந்திய இராணுவம் செய்யும் பாலியல் வன்முறைகளுக்கு எதிராகப் பேச முன்வருவோம்? காஷ்மீரில், தண்டகாரண்யத்தில், மணிப்பூரில் இந்திய இராணுவம் இன்றுவரை செய்யும் பாலியல் வன்முறைகளை நாம் பேசுவோமா?

நம்மில் எத்தனை பேர் நம் நண்பர்களுடன், பெற்றோர்களுடன், பிள்ளைகளுடன் உடல் பற்றிப் பேசியிருக்கிறோம்? நம்மில் எந்தக் கல்வி முறை பாலியல் கல்வியைப் பற்றிப் பேசுகிறது? நம்மில் எந்த அமைப்பு உடலைப் புனிதப்படுத்தாமல் வெறும் உடலாக மட்டும் பார்க்கிறது? நம்மில் எத்தனை பேர் தொடுதல் (good touch, bad touch) குறித்துக் குழந்தைகளுடன் பேசியிருக்கிறோம்? செக்ஸ் எனும் வார்த்தையே நமக்குத் தீமையானது, உச்சரிக்கக் கூடாதது அல்லது குழந்தைபேறுக்கு மட்டுமேயானது.

ஊடகங்கள் மட்டுமே நிரம்பிய இன்றைய உலகில், ஊடகங்களே நமக்கான செய்திகளை உருவாக்கித் தருகின்றன. நாம் எதைப் பற்றிப் பேச வேண்டும், யாரைப் பற்றிப் பேச வேண்டும் என்று அனைத்தையும் தீர்மானிக்கின்றன. மோடி நாயகரானதிலும், காஷ்மீரிகள் தீவிரவாதிகள் ஆனதிலும் அதிக பங்கு ஊடங்களையே சேரும். அதனாலே அவர்கள் ஸ்ரீதேவியின் மரணத்தைப் பேசிய அளவு மற்ற எந்த மரணத்தையும் பேசவில்லை. ஊடகங்களுக்கு வேலை மக்களிடம் செய்திகளைக் கொண்டு சேர்ப்பதல்ல, செய்திகளைச் சமைத்து மக்களை உண்மையின்

எதிர்த் திசையில் திருப்பிவிடுவது. அப்படித்தான் நம் சமூகத்தின் அநேக ஊடகங்களும் செயல்படுகின்றன, அதைக் கொண்டே சமூகத்தின் கூட்டு மனசாட்சி கட்டமைக்கப்படுகிறது.

இந்தச் சமூகத்தில் நடக்கும் ஒவ்வொரு வன்முறைக்கும் சாதி ஊறிப் போன அமைப்பும் ஆணாதிக்கம் மிக்க குடும்ப அமைப்புமே காரணங்களாக இருக்கின்றன. நாம் இந்த இரண்டு அமைப்புகளையும் உடைப்பதற்கான வேலைகளைச் செய்யாமல் அல்லது உரையாடாமல் அல்லது சக மனிதர்களை மனிதர்களாய்ப் பார்க்காமல், ஓர் உடலைக் கொண்டாடவும், ஓர் உடலைத் தீட்டு என்று ஒதுக்கவும் செய்வோம் என்றால் நாளை இந்தச் சாதிய, ஆணாதிக்கச் சமூகம் அனைவர் மீதும் வன்முறையைச் செலுத்திக் கொல்லும்.

அம்மா இன்னும் உயிரோடிருக்கிறாள்

'அந்நிய'னை வாசித்துவிட்டு என்னை மெர்சோவாக உருவகப்படுத்திக்கொண்டு வெயில் தகிக்கும் கோடையின் பகற்பொழுதுகளில் கை விரல்களைத் துப்பாக்கியாகக் கருதிக்கொண்டு கடற்கரை மணலில் பெயரற்ற அந்த அரேபியனைத் தேடி அலைந்த பொழுதுகளை நினைத்துப் பார்க்கிறேன். இருத்தலுக்கும் அபத்தத்துக்கும் கிளர்ச்சிக்கும் இடையேயான இடைவிடாத உரையாடலாக காம்யுவின் வார்த்தைகளில் சிக்குண்டு, வாழ்வின் அபத்தங்களை இன்றுவரை தேடிக்கொண்டே இருக்கிறேன்.

'அந்நிய'னைத் தொடர்ந்து 'வீழ்ச்சி', 'முதல் மனிதன்', 'கிளர்ச்சியாளன்' என்று நீண்ட காம்யு மீதான தேடல் வாழ்வின் அபத்தம் குறித்த தேடலாகத் தொடர்கிறது. காம்யுவை விட்டுவிலகி ஓடுவதென்பது எத்தனை முயற்சித்தும் இயலாத ஒன்றாகவே இருக்கிறது. காரணம், காம்யு எனும் வார்த்தை ஒரு தனிமனிதனையோ அல்லது எழுத்தாளனையோ குறிக்கும் பெயர்ச்சொல் மட்டும் அல்ல. அது அபத்தவாதத்தின், கிளர்ச்சியின், வாழ்க்கை பற்றிய தேடலின் குறியீடு. வாழ்வின் அல்லது வாழ்க்கை என்று சொல்லப்படுவதின் அபத்தங்களை அதன் படிநிலைகளை இடைவிடாது உடைத்து விசாரிக்கும் காம்யுவின் பிரதிகள், பிறப்புக்கும் இறப்புக்கும் இடையே நிகழும் பயணமான 'இருப்பு' குறித்தான விசாரணைகளாகவும், அந்த இருப்பு என்பது எப்படி ஏதுமற்றதாகவே இருந்து மறைகிறது என்பதையுமே தொடர்ந்து பேசுகின்றன. இந்தச் சூன்ய நிலைக்கும் கிளர்ச்சி நிலைக்கும் இடையே ஊடாடும் ஒன்றாகத் தான் காம்யுவின் படைப்புகள் இருக்கின்றன.

கொலை என்பது சமூகக் கட்டமைப்பின்படி குற்றம். ஆனால், அதே கொலை போர்ச் சூழலில் வீரமாகவும் குற்றமற்றதாகவும் இருக்கிறது. இன்னும் சொல்லப்போனால், போரில் வென்றவர்களின் கொலைகள் வீரத்தின் அடையாளமாகக் கருதப்படுகிறது. அந்தக் கொலைகளைச் சமூகம் கொலைகளாய்ப் பார்ப்பதில்லை அல்லது கொலைகாரர்கள் தண்டிக்கப்படுவதில்லை, நகைமுரணாக அவர்கள் கொண்டாடப்படுகின்றனர். ஆனால், போர் இல்லாத அமைதி சூழலில் ஒரு கொலை கொலையாக, குற்றமாகக் கருதப்படுகிறது - அதுவும் பல நேரங்களில் கொலை செய்தவரின் அதிகாரங்களைப் பொறுத்து அது கொலையா இல்லையா என்று முடிவு செய்யப்படுகிறது. அநேக நேரங்களில் அரசு செய்யும் கொலைகளைத் தண்டனை எனும் வரையறைக்குள் அணுகும் தன்மையையுமே சமூகம் கொண்டுள்ளது. இம்மாறுபட்ட பார்வைகளையே காம்யு அபத்தம் என்கிறார்.

வாழ்வினை அபத்தமென்று கருதும் மெர்சோ தன் தாயின் மரணத்தை, அதாவது கதறித் துடிக்க வேண்டிய ஒரு செய்தியை "இன்று அம்மா இறந்துவிட்டாள்" எனும் மிக அசட்டையான ஒருவரியில் கடக்கிறான். அவன் அம்மாவை வெறுக்கவில்லை அல்லது அவள் மீது எந்தக் கோபமும் இல்லை. ஆனால் அவனுக்குத் தெரிகிறது, மரணம் இன்றியமையாத ஒன்று என்று. அதனால்தான் மரணத்தை எந்தவித அலங்காரங்களுமின்றிச் சந்திக்கிறான். காதலும், வாழ்தலும், சாவும் எல்லாமும் அவனுக்கு ஏதுமற்றதாகத்தான் இருக்கிறது.

வாழ்வின் அபத்தங்களை நிராகரிக்கும் மெர்சோ, கொலைக் குற்றத்திற்காய் கைது செய்யப்பட்டுச் சிறையில் அடைபடும் வேளையில் சுதந்திரத்தைத் தேடி அலைகிறான். சிறையை விட்டு விடுதலை ஆவதென்பது அவனுக்கு சுவாசத்தைப் போல், இதயத் துடிப்பைப் போல் அடிப்படைத் தேவையாக மாறுகிறது. அதே நேரம் அவன் அபத்தத்தால் சிக்குண்டு மரணத்தின் வாசலில் நிற்கிறான். மெர்சோ எனும் பிரெஞ்சு அல்ஜீரியன் ஓர் அரேபியனைக் கொல்லுதல் - கொலையாக மாறுகிறது. அதே நேரம், காலனிய அரசு மெர்சோ மீது திணிக்கும் கொலை, சட்டரீதியான தண்டனையாக உருக்கொள்கிறது. வேறு சமயத்தில் அதே காலனிய அரசு அல்ஜீரிய அரபிகளைக் கொல்லுதல் கொலையாக மாறாமல் தீவிரவாதத்துக்கு எதிரான செயல்பாடாகக் கருதப்படுகிறது. காம்யு தன் வாழ்நாள் முழுவதும் அரசு கொலைகளுக்கு எதிராகக் கிளர்ச்சி செய்துகொண்டே இருக்கிறார்.

அவரின் எழுத்துகள் எதைக் கொண்டும் மனிதர்கள் கொல்லப்படுவதை, குறிப்பாக அரசின் பெயரால், சட்டத்தின் பெயரால் கொல்லப்படுவதை முற்றிலும் நிராகரிக்கின்றன. இரண்டாம் உலகப் போருக்குப் பின்னான பிரெஞ்சு சமூகத்தில் காம்யுவின் இருப்பு என்பதே கிளர்ச்சியாகத்தான் இருந்தது.

தத்துவவாதி - எழுத்தாளன் எனும் இரட்டை அடையாளங்களையும் ஒன்றுசேர்த்து காஃப்காவைப் போல், தஸ்தாயெவ்ஸ்கியைப் போல் தத்துவ எழுத்தாளனாகத்தான் காம்யு இருந்தார். இதை காம்யு தன்னுடைய எழுத்துகளிலே குறிப்பிட்டும் இருக்கிறார். எழுத்தாளர்களிலே மிகவும் உயர்ந்தவர்கள் தத்துவ எழுத்தாளர்கள் என்று குறிப்பிடும் காம்யு, அவர்களே தங்கள் கருத்துகளை வாதங்களாய் முன்வைக்காமல் காட்சிகளாய் முன்வைக்கின்றனர் என்கிறார். காம்யுவின் தத்துவம் என்பது மேலே சொன்னதைப் போல் திரும்பத் திரும்ப அபத்தம் குறித்தே பேசுபவை, வாழ்வின் அபத்தம் குறித்துப் பேசுபவை. அவர் வார்த்தைகளிலே சொல்வதென்றால் "வாழ்க்கை என்பதற்கு எந்த அர்த்தமும் இல்லை என்பதை நான் அழுத்தமாக நம்புகிறேன். ஆனால் அதில் ஏதோவோர் அர்த்தம் இருக்கிறது, அது மனிதன். ஏனென்றால் மனிதன் மட்டுமே வாழ்வின் அர்த்தம் குறித்து வலியுறுத்தும் ஒரே உயிரினம்."

என்னைப் போலான பற்பல வாசகர்கள் காம்யுவின் எழுத்துகள் குறித்து இப்படியான பல்லாயிரம் பிரதிகளை எழுதிக் கொண்டாடியிருக்கக் கூடும். ஆனால், காம்யுவின் நூற்றாண்டில் யாருமே எதிர்பார்க்காத பொழுதில் "இன்னும் அம்மா உயிரோடுதான் இருக்கிறாள்" எனும் வரியினை முதல் வரியாகக் கொண்டு ஒரு கதை புத்தகம் வெளிவந்திருக்கிறது. ஆம்! சார்த்தர் கூட செய்ய முடியாத அற்புதமான விமர்சனம் ஒன்றை மெர்சோவினை விசாரிப்பதன் மூலம் காம்யுவினைக் கேள்வி கேட்கிறார் காமெல் தாவுத். காம்யுவின் பிரதியைக் கேள்வி கேட்கும் அதே நேரத்தில், மெர்சோவால் கொலை செய்யப்பட்ட பெயரற்ற அந்த அரேபியனின் குரலாக அதன் வாசகர்களிடமும் தன் கேள்வியை முன்வைக்கிறார் தாவுத்.

ஒருவன் கொலை செய்யப்படுகிறான், இறந்து போனவன் குறித்து எவ்வித அக்கறையுமற்று, பிரதியின் செழிப்பான எழுத்துகளின் பால் மையலுற்று இறந்தவன் ஒரு மனிதனா என்று அறிந்துகொள்ளும் ஆர்வம் கூட இல்லாதவர்களாகத்தான் 'அந்நிய'னின் பெரும்பான்மை வாசகர்கள்

இருந்தோம். அவர்களை நோக்கித்தான் தாவுத் தன் விமர்சனத்தை முன்வைக்கிறார். இறந்தவனுக்கு ஒரு பெயரைச் சூட்டி, அவனுக்குத் தாய், தம்பி, வீடு, காதலி என்று அனைத்தையும் உருவாக்குகிறார். பெயரற்ற அந்த அரேபியனான மூசாவின் தம்பி ஹாரூனின் குரலாக ஒலிக்கிறார் தாவுத். இந்தப் புத்தகம் பற்றிய மிகச் சரியான அறிமுகமாக, "அவன் துப்பாக்கி வெடிச் சப்தத்தைப் பற்றிப் பேசுகிறான். ஆனால், அதைக் கவிதையைப் போல் ஒலிக்கச் செய்கிறான்." இந்த ஒற்றை வரியே போதும்.

அந்நியனும், மெர்சோ மறுவிசாரணையும் ஆரம்பம் முதல் முடிவு வரை ஒரே தளத்தில், ஒரே வடிவத்தில் பயணிக்கின்றன. ஆனால், இரண்டுக்குமான வேற்றுமை என்பது இரு வேறு வாழ்க்கை முறையின், கலாச்சாரத்தின், அதன் பார்வையின் வேற்றுமையாகத்தான் இருக்கிறது. காம்யு எனும் பிரெஞ்சு எழுத்தாளனுக்கு அல்ஜீரியா எனும் நாடு இருத்தலியல் குறித்தான தன் விசாரணைக்கான ஒரு காட்சிக் களமாக / அமைப்பாக மட்டுமே இருக்கிறது. அதுவே, தாவுத் எனும் அரேபியனுக்கு அல்ஜீரியாவே இருத்தலியலின் கேள்வியாக இருக்கிறது. இந்த வேற்றுமைதான் *மெர்சோ மறுவிசாரணைக்கான கதைக்களம்*. இந்த இடைவெளியைத்தான் தாவுத் தன் பிரதி முழுவதிலும் விசாரிக்கிறார். இந்த இடைவெளி என்பது வெள்ளை நிறத்துக்கும் பிற நிறங்களுக்குமான இடைவெளியாக, மேற்கு நிலத்துக்கும் மற்ற நிலங்களுக்குமான இடைவெளியாக, மையத்துக்கும் விளிம்புக்குமான இடைவெளியாகவே இருக்கிறது.

அந்நியனும் மெர்சோ மறுவிசாரணையும் மிக முக்கியமானதொரு விவாதத்தை முன்வைப்பதை வாசகரால் உணர முடியும். கீழைத்தேய மனம் X மேற்கு உலக மனம் எனும் இருவேறு முனைகளின் உரையாடல்களாக இரண்டு கதையாடல்களும் இருக்கின்றன. மேற்கின் மனம் தான் இதுநாள்வரை அனுபவித்த முதலாம் உலக அடையாளங்களை உதறிவிட்டு அல்லது அபத்தமாய் உணர்ந்து அடையாளமற்ற நிலைக்குச் செல்ல முயற்சிப்பது, கிரேக்க, ரோமாபுரி தத்துவ மரபின் நீட்சியாய், நிகழ்வதை காம்யு எனும் கதை சொல்லியின் ஊடாகவும், உலகச் சமூகத்தால் சுய அடையாளம் அங்கீகரிக்கப்படாத, ஒன்றை நிறுவ முயற்சிக்கும் கீழைத்தேய மனம் தாவுத்தின் குரலாகவும் ஒலிக்கிறது. மேற்கின் சிந்தனை மரபைக் காட்டிலும் கீழைத்தேய சிந்தனை மரபு நம் காலத்தின் தேவைகளாய் இருப்பதை இதனூடே வாசகர் உணரலாம். அம்பேத்கர், ஃபனான், எட்வர்டு சையத் என்று நமக்குத் தேவையானவர்களின் பட்டியல் இருக்கிறது.

காலனியர்களின் பழைய வீடுகளில் இருக்கும் கற்களை எடுத்துத் தங்களின் புதிய வீடுகளை அல்ஜீரியர்கள் கட்டுவதைப் போல், கொலைகாரனான மெர்சோவின் வார்த்தைகளைக் கொண்டு கொலை செய்யப்பட்ட தன் சகோதரனின் கதையைச் சொல்லும் ஹாரூனால், எப்படித் தன் சகோதரனுக்கு ஒரு பெயரைக் கூட சூட்ட முடியாமல், அவன் வெறும் நிகழ்வாக மாறிப்போனான் எனும் எதார்த்தத்தை ஏற்றுக் கொள்ள முடியவில்லை. பெயரற்றதால் மூசாவின் சடலம் கூட அவனுக்கும் அவன் அம்மாவுக்கும் இறுதிவரை கிடைப்பதில்லை. சகோதரன் குறித்தான அழுத்தம் அவன் வாழ்க்கையுடன் எப்போதும் உடன்வருகிறது, ஒரு நிழலைப் போல். அந்நிழலை அவன் தாய் அழியாமல் பாதுகாக்கிறாள். அந்த நிழல் இறுதியில் ஹாரூனினூடே கொலைக்குப் பழியாக இன்னொரு கொலை செய்கிறது, ஒரு பிரெஞ்சுக்காரனை. இந்தக் கதைக் களத்தில் மெர்சோ மீதான விசாரணையாகத் தொடங்கும் பிரதி, தன்னியல்பில் விடுதலை அடைந்த அல்ஜீரிய சமூகம், ஆட்சியாளர்கள் மீதான விமர்சனமாய் உருக்கொண்டு, இருத்தலியல் மற்றும் அபத்தம் குறித்தான விசாரணையாக காம்யுவின் தத்துவத்துடன் ஒன்றிணைந்து முடிவுகொள்கிறது.

தாவுத் அந்நியனையும் மெர்சோவையும் மட்டும் எடுத்தாளாமல் காம்யுவின் அநேகப் பிரதிகளையும் எடுத்துக்கொண்டே இந்தக் கதைப் புத்தகத்தை உருவாக்குகிறார். 'வீழ்ச்சி'யில் வரும் ஓரான் நகரத்தில் இருந்தபடி அக்கதையின் நாயகனைப் போல் ஒரு மது விடுதியில் அமர்ந்தபடிதான் ஹாரூன் இந்தக் கதையைச் சொல்கிறான். இப்படிக் கதை முழுவதிலும் காம்யுவும், அவரின் எழுத்துகளும் நிரம்பியே இருக்கின்றனர். தன் எழுத்துகள் அனைத்திலும் கொலை குறித்தும், மரணம் குறித்தும், அரச கொலைகள் குறித்தும் காம்யு பேசியதைப் போன்றே தாவுத்தும் கொலை குறித்தும் அதன் அபத்தம் குறித்தும் பேசுகிறார். ஜான் எனும் பிரெஞ்சுக்காரனை அல்ஜீரியா விடுதலையடைந்த சில நாட்களில் ஹாரூன் கொலை செய்கிறான், தன் சகோதரனின் கொலைக்குப் பழிவாங்கல் நடவடிக்கை அல்லது அவன் தாயின் வற்புறுத்தலின் பெயரில் கொன்றுவிட்டான் என்றாலும் அவன் ஒரு கொலையைச் செய்துவிட்டான். அதற்காக விசாரணை அதிகாரியால் விசாரிக்கப்படுகிறான். இதே கொலை காலனிய அரசின் கீழ் நடந்திருந்தால் அவன் ஒரு பிரெஞ்சுக்காரனைக் கொன்றதற்காக உடனடியாகத் தூக்கிலிடப்பட்டிருக்கலாம். ஆனால், அவன் சுதந்திர அல்ஜீரியாவில் ஒரு பிரெஞ்சுக்காரனைக் கொலை செய்கிறான். விசாரணை அதிகாரியின்

இளவேனில் ○ 91

கவலை எல்லாம் அவன் ஏன் விடுதலைப் போராட்டத்தில் பங்கேற்கவில்லை என்பதும் இதே கொலையை விடுதலைக்கு முன் செய்திருந்தால் அது தியாகத்தின், வீரத்தின் குறியீடாக மாறியிருக்கும் என்பதும் மட்டுமே. அபத்தத்தின் வடிவங்களைப் பேசும் தாவுத், அதே இடத்தில் அல்ஜீரிய ஆட்சியாளர்கள், விடுதலைப் போராட்டம் மீதான விமர்சனத்தையும் முன்வைக்கிறார். கதை முழுவதும் ஹாரூன் நாத்திகனாகவும், அனைத்து மதங்களையும் நிராகரிப்பவனாகவும், அல்ஜீரிய ஆட்சியாளர்களை, சமூக அமைப்பைக் கேள்வி கேட்பவனாகவுமே வருகிறான். ஓர் இடத்தில், அந்தக் காலத்தில் எங்கள் பெண்கள் இன்றிருப்பதைப் போல் தலையைக் கூட மூடியவர்களாய் இருக்கவில்லை என்கிறான். கதை முழுவதிலும் குடித்தபடி, மதத்துக்கு எதிரானவனாக இருக்கிறான்.

"சுதந்திரமற்ற இந்த உலகை அணுகுவதற்கான ஒரே வழி உன் 'இருப்பு' என்பதே கிளர்ச்சியானதாக இருக்க வேண்டும்" என்ற காம்யுவின் வார்த்தைகளைக் கொண்டே தன் பிரதியின் இருப்பு என்பதே கிளர்ச்சியானதாக, ஒட்டுமொத்த இலக்கிய உலகமும் கொண்டாடிய ஒரு பிரதியைக் கேள்வி கேட்பதாக, அதனூடே தன் சமூகத்தின் அடக்குமுறைகளுக்கும் பழைமைகளுக்கும் எதிரான குரலாக ஒலித்துக்கொண்டே இருக்கிறார் தாவுத். அதனாலே "பேசினாலும் இறக்கப் போகிறாய், பேசவில்லை என்றாலும் இறக்கப் போகிறாய். எனவே பேசிவிட்டுச் சாவு" என்ற அல்ஜீரிய எழுத்தாளர் Tahar Dajaoutன் வார்த்தைகளின் வடிவமாய் நிற்கிறார் காமெல் தாவுத்.

மெர்சோ மறுவிசாரணை

காமெல் தாவுத்

பிரெஞ்சிலிருந்து தமிழில்: வே.ஸ்ரீராம்

வெளியீடு: க்ரியா.

பரிசுத்த ஆதி பற்றிய நினைவேக்கப் புனைவுகள் – கள்ளம்கபடமற்ற விவசாயி

மனிதர்கள் நினைவுகளின் வழி இயங்கப் பழக்கப்பட்டிருக்கின்றனர். நேற்று எனும் நினைவின் மீதான நிகழ்வுகளாக இன்றும் நாளையும் உருக்கொள்கின்றன அல்லது உருக்கொள்வதாக மனிதர்கள் நம்புகிறார்கள். கடந்த காலம் பற்றிய மனிதர்களின் நினைவுகள் இரண்டு வகையில் புரிந்துகொள்ளப்படுகின்றன. *நேற்று எனும் காட்டுமிராண்டி நரகத்தைவிட்டு நீங்கி நாளை எனும் பொருள்முதல்வாதச் சொர்க்கத்தைச் சென்று சேரும்* ஹாப்ஸிய நம்பிக்கை அல்லது *பரிசுத்த ஆதியைவிட்டு நீங்கித் தப்பிக்க முடியாத புதைகுழிக்குள் மாட்டிக்கொண்ட* ரூஸோவியப் புனைவுகள்.

இன்றைய தமிழ்ச் சூழலில் ஹாப்ஸியக் கதையைக் காட்டிலும் ரூஸோவின் புனைவு அதிகப் பிரபலமானது; பெரும்பாலும் ஏற்றுக்கொள்ளத்தக்கது. இதற்கு வரலாற்றுக் காரணியாக்கக் காலனியம் இருக்கக்கூடும். முகலாய / ஐரோப்பிய வருகைக்கு முன்னான சில நூறு வருடங்கள் புறக்காரணிகள் அதிகம் இல்லாமல் சீராக இயங்கிய, சாதிய ஏற்றத்தாழ்வுகள் நிறைந்த சமூக இயக்கத்தில் காலனியத்தின் தாக்கம் மிகவும் தீவிரமானது. வெளிக் காரணிகள் என்பதை, ஐரோப்பிய மைய 'தேசியம்' எனும் கருத்தாக்கத்தைக் கொண்டே இந்திய நிலப்பரப்பை நான் அணுகுவதைக் குறிப்பட்ட வேண்டியிருக்கிறது.

காலனியத்துக்கு முன்னான தமிழ் அல்லது இந்தியச் சூழல் எந்த மாற்றமுமின்றி பல ஆயிரம் வருடங்களாக அப்படியே இருந்தது என்று தட்டையாக முடிவு எழுதுவது இதன் நோக்கமல்ல. எடுத்துக்காட்டாக, இந்திய உணவு முறையில் முகலாய / பெர்சிய / அரேபிய உணவுகளின் தாக்கம் முடிவற்றது. இந்திய உணவுகள் என்று பெருமை பொங்க அடையாளப்படுத்தப்படும் பல வட இந்திய உணவுகளின் தோற்றம் துருக்கி, லெபனான் பகுதிகளாக இருப்பது தற்செயல் நிகழ்வு அல்ல. மாறாக, ஐரோப்பியக் காலனியம் ஏற்படுத்திய பாரிய மாற்றங்களின் எல்லைகளும் விளைவுகளும் இன்றுவரையிலும் உலகில் இருக்கும் அநேக சமூகங்கிலும் அதிகப்படியான தாக்கத்தை ஏற்படுத்திக்கொண்டிருக்கின்றன. அது கிழக்கு X மேற்கு எனும் துருவங்களின் சமூகக் கலாச்சார பொருள்முதல்வாத முரண்களாக மட்டும் பரிணமிக்காமல், அகிலம் முழுவதையும் 'மேற்காக' மாற்றிய மாபெரும் வரலாற்றுச் செயல்பாட்டையும் நிகழ்த்திக் காட்டியது.

ஐரோப்பிய / முகலாய வருகைக்கு முன்பு, கடந்த காலம் குறித்து உரையாடிய தமிழ்க் கலை வடிவங்களில் பெருமிதங்கள் ஆட்கொண்டிருந்தன. மொழி, கடவுள் / இறைமை, சாதி, ஆட்சிமை, போர் வெற்றிகள், வீரம், காதல், பெண்மையின் மகிமை(!), சமூக ஒழுக்கம் ஆகிய கலாச்சாரப் பெருமைப்பீத்தல்களாகவே வெளிப்பட்டன. இவை இன்றளவும் தொடரும், "நாங்கள் எல்லாம் அந்தக் காலத்தில்" எனும் பெருமிதச் சொற்தொடரின் மூலம் ஆகும். நிற்க, வரலாற்றின் சில பகுதிகளும் அதன் நிகழ்வுகளும் கலை வடிவங்களும் வழமையான ஆட்சியாளர்களுக்கு, அதிகாரங்களுக்குத் தேவையான வடிவத்தில் மாற்றப்பட்டன, அழிக்கப்பட்டன என்பதையும் கருத்தில் கொள்க.

ஐரோப்பிய வருகைக்குப் பின், குறிப்பாக இந்திய ஒன்றிய விடுதலைக்குப் பின்னான தமிழ்ப் புனைவு வெளிகள் - எழுத்து, திரைப் பிரதிகள் - தொடர்ந்து இறந்த காலம் குறித்த நினைவேக்கங்களை வெளிப்படுத்திக்கொண்டே இருக்கின்றன. அப்படி வெளிப்படும் நினைவேக்கம், ஐரோப்பியக் காலனியத்தின் வழி ஆழமாக வேரூன்றிய முதலாளித்துவப் பொருள்முதல்வாதச் சிந்தனையுடன் மோதிப் பெருவெடிப்பாக வெளிப்படுகிறது. இந்த எழுச்சியின் காரணமாக மைய நீரோட்ட நினைவேக்கச் சிந்தனைகள் முதலாளித்துவப் பொருள்முதல்வாத நிலைக்கு எதிரான நிலப்பிரபுத்துவ / சாதிய ஆண்டான் அடிமை முறையின் சிந்தனைகளாக மீள் உருவாக்கம் கொள்கின்றன.

நம் காலத்தில், நேற்று குறித்த நினைவேக்கங்கள் வெகுஜன ஊடக வெளிகளைக் கடந்து மெய்நிகர் வெளிகளையும் பெருமளவு ஆக்கிரமித்திருக்கின்றன. இணைய உலகம் குறிப்பிட்ட அளவில் பொன்னுலகக் கதைகளால் நிரம்பியிருக்கிறது. உலகமயமாக்கல் காலத்தில் இறந்தகாலமென்பது இழந்துவிட்ட பூர்வீகக் கதைகளின்மீது கட்டி எழுப்பப்பட்டிருக்கிறது. 'பூர்வீகம்' என்பது உணவு, உடை, சமூக ஏற்றத்தாழ்வுகள், மொழி, போர், கலை, வழிபாட்டுமுறை என்று அனைத்தையும் உள்ளடக்கிய மொத்த வாழ்முறையைக் குறிக்கிறது. இவை அனைத்திலும் உணவு முறை குறித்த மகிமைக் கதைகள் இணையவெளியில் அதிகப்படியான கவனம் பெறுகின்றன. அப்படியான முக்கியத்துவம் பல நேரங்களில் அறிவியல் மறுப்பு வாதங்களாகப் பரிணமிக்கின்றன.

இணையம், வெகுமக்கள் ஊடகங்களில் உணவு முறைமீது கட்டியெழுப்பப்படும் புனிதக் கதையாடல்கள், உணவு உற்பத்தியின் மூலமான விவசாயத் தொழிலையும் இணைத்தே புனிதப்படுத்துகின்றன. மேலும் அப்புனைவுகளின் மையப் பாத்திரமாக 'கள்ளம்கபடமற்ற விவசாயி' எனும் புனித ஆத்மாவையும் கட்டமைக்கின்றன. விவசாயம், விவசாயி குறித்த பரிசுத்த அடையாளங்கள் புதியவையல்ல, திருக்குறள் முதல் இன்றைய கலைப் படைப்புகள் வரை அதற்கான எடுத்துக்காட்டுகளைக் கூறலாம். மனிதர்களின் மதம்சார் அற விழுமியங்கள் கட்டமைத்த நன்மை X தீமை, பரிசுத்தம் X அழுக்கு கதையாடல்கள் இயற்கையின் அளவீடுகளில் அர்த்தமற்றதாக இருப்பதால், விவசாயம் அல்லது விவசாயி புனிதமானவர்களா எனும் அபத்தமான வினாக்களை விடுத்து, ஏன் இந்தப் புனித பிம்பங்கள் தேவைப்படுகின்றன எனும் கேள்வியைக் கேட்க வேண்டியிருக்கிறது.

2

தமிழ் சினிமாவில் புனிதக் கதையாடல்கள்

*2010*க்குப் பின்னான தமிழ் சினிமாவின் குறிப்பிடத்தகுந்த அறைகூவலாக மாசற்ற பழைய வாழ்க்கை முறைக்குத் திரும்புவோம் எனும் முழக்கம் இருக்கிறது. விவசாயம் பற்றி, குறிப்பாக இயற்கை விவசாயம் குறித்துத் திரைக்குள்ளும், திரைக்கு வெளியேயும் தமிழ் சினிமாக் கலைஞர்கள்

தொடர்ந்து உரையாடுவதை அவதானிக்க முடியும். ஆனால், இரண்டு இலட்சம் ஆண்டு ஹோமோ சேபியன் வரலாற்றில் மாசற்ற பழங்காலம் எது என்பதே அடிப்படைச் சிக்கல். மேலும், ரூஸோவின் ஆதி எனும் பொன்னுலகின் தாக்கத்தில் வெளிப்படும் இந்தப் பார்வைகள், ரூஸோவியச் சிந்தனையின் அடிப்படையைப் புறந்தள்ளுகின்றன.

இன்றைய மானுடவியல், தொல்லியல் உலகின் தாரக மந்திரமான, "விவசாயத்துக்கு முன், விவசாயத்துக்குப் பின்" எனும் மனித வரலாற்றுக் காலஅளவு, "விவசாயத்தைக் கண்டுபிடித்ததே மனிதர்கள் செய்த மாபெரும் தீங்கு" எனும் ரூஸோவின் கருத்திலிருந்து உருவானது. இக்கருத்தே இன்றளவும் நாம் நம்பும் - ஆதியில் மனிதர்கள் கள்ளம்கபடமற்ற அப்பாவிகளாக இருந்தார்கள். எனவே, அந்த அற்புதமான பொன்னுலக வாழ்க்கைக்குத் திரும்ப வேண்டும் எனும் நம்பிக்கைக்கான மூலமாக இருக்கிறது. ரூஸோவின் அல்லது ஹாப்ஸின் சிந்தனை முறைகள்மீது முடிவற்ற கேள்விகளை எழுப்ப முடியும் அல்லது வரலாற்றுத் தரவுகளைக் கொண்டு நிராகரிக்க முடியும் என்பது ஒருபுறம் இருந்தாலும் அது இந்தக் கட்டுரைக்கான மூலமாக இருக்கவில்லை.

விவசாயம் எனும் மையத்தைக் கொண்டு நிகழும் தமிழ்த் திரைப்படக் களங்களும் ரூஸோவின் சிந்தனை வழியே பரிசுத்த ஆதி எனும் கருத்தாக்கமாகவே உருவாகியிருக்கிறது. இதற்குக் காரணம் மேலே சொன்னதுபோல் ரூஸோவின் மூலமான இறந்தகால பொன்னுலகம் தமிழ்ச் சமூகத்தில் பெரிதும் ஏற்றுக்கொள்ளப்பட்ட கருத்தியலாக இருக்கிறது.

இறந்தகால பொன்னுலகம் எனும் கருத்தியல் தமிழ்ச் சமூகத்தில் இரண்டு நிலைகளில் ஏற்றுக்கொள்ளப்படுகிறது. 1) வெள்ளந்தியான மனிதர்கள் நிரம்பிய பொன்னுலகம். 2) தமிழ் அரசர்களின் பெருமைமிகு ஆட்சி. நாம் நம்புவதுபோல் மனிதர்கள் நிஜமாகவே பொன்னுலகில் அப்பாவிகளாக வாழ்ந்தார்களா - பொன்னுலகம் என்ற ஒன்று இருந்திருக்கிறதா அல்லது அது செமடிக் மத நிறுவனங்களின் இருமைகளின் வழி உருவானதா என்று சிந்திக்க வேண்டியிருக்கிறது. நமக்குச் சொல்லித்தரப்பட மையநீரோட்ட வரலாற்றின் ஊடாக நம்புவது போல் தமிழ் அரசர்கள் பொற்கால ஆட்சியை நடத்தினார்களா என்ற கேள்விகள், திரவத்தன்மையில் அனைத்துத் திசைகளிலும் பாய்ந்தோடி பல பதில்கள் கிடைக்கக்கூடும்.

பொன்னுலகம் எனும் வார்த்தைக்கு, பொன் எனும் சொல்லின் மூலமான 'பொன்' என்ற உலோகத்தின் அளவீடே புனைவுகளால் உருப்பெற்ற ஒன்றாக இருக்கும்போது, அதன் உவமையான வாழ்க்கை முறை மட்டும் புனிதமான ஒன்றாக இருந்தது என்று நம்புவது அபத்தமாகத்தானே இருக்கமுடியும்.

வெள்ளந்தியான அப்பழுக்கற்ற மறைகள் எடுத்துரைக்கும் ஒழுக்கப் பண்புகள் அனைத்தையும் ஒருங்கே கொண்ட கருணைமிக்க இறையின் மனித வடிவமாகக் காட்சிப்படுத்தப்படும் விவசாயத் திரைப்படங்களின் விவசாயிகள், இன்றைய தமிழ்ச் சமூகத்தின் ஒடுக்கப்படும் முகமாக முன்வைக்கப்படுவது ஏன் எனும் கேள்வியைக் கேட்க வேண்டியிருக்கிறது.

சாதிய / நிலப்பிரபுத்துவ அடையாளங்களை முற்றிலும் நிராகரித்து, உபரிமுறை அடையாளங்களை மட்டுமே சார்ந்திருக்க வேண்டியதின் அழுத்தமே 21ஆம் நூற்றாண்டு மனிதர்களுக்கு இழந்துபோன அடையாளங்களை மீட்டெடுக்கும் நிர்பந்தங்களைக் கொடுக்கிறது. இந்தியச் சூழலில் சமூக இயக்கத்தின் ஆணிவேராகச் சாதி இருப்பதால் பழைமை மீதான ஏக்கத்தையும் சாதியே தீர்மானிக்கிறது. மேலும் ரூஸோவின் மறுமலர்ச்சிக் கால சிந்தனையில் 'நேற்றைய பொன்னுலக'மாக விவசாயத்துக்கு முன்பான வேட்டைச் சமூகங்கள் இருந்த நிலையில், கூட்டு முதலாளித்துவ 21ஆம் நூற்றாண்டில் 'நேற்றைய பொன்னுலக'மாக நிலப்பிரபுத்துவ கால விவசாயம் இருக்கிறது. இன்னும் சில நூறு ஆண்டுகள் கழித்து மனிதர்களுக்கு 'நேற்றைய பொன்னுலக'மாகக் கூட்டு முதலாளித்துவ 21ஆம் நூற்றாண்டு இருக்கக்கூடும்.

நேற்றைய மனிதர்களின் கதைகள் இந்தியச் சமூக அமைப்பில் இயல்பாக சாதியையும் இணைத்துக்கொண்டு உருக்கொள்கிறது. இன்றுவரையிலுமே இந்தியச் சமூகத்தில் சாதி நீக்கம் செய்யப்பட்ட வெளியை உருவாக்கும் சமூகக் கலாச்சாரப் பிரதிகள் அர்த்தமற்ற வெற்றிடத்தை மட்டுமே உருவாக்கும். சாதியின் எந்தத் துருவத்தில் ஒரு பிரதி தன்னை நிறுத்துகிறது என்பதினூடாகவே அப்பிரதியை அணுக முடியும். விவசாயி எனும் அடையாளத்தை முதலாளித்துவப் பொருளாதாரத்தில் மூன்றாக நிலைநிறுத்தும் சாதி, ஒருமுனையில் ஒடுக்கப்பட்ட நிலமற்ற விவசாயக் கூலிகளையும் மறுமுனையில் குறு / சிறு இடைநிலைச் சாதி விவசாயிகளையும், இன்னொரு துருவத்தில்

ஆண்டைகளான நிலக்கிழார்களையும் நிலைநிறுத்துகிறது. இதில் இன்றைய தமிழ்க் காட்சிவெளிகள் யாரை மையமாக்குகின்றன?

நிலக்கிழார் X ஒடுக்கப்பட்ட விவசாயக் கூலிகள் என்ற முரண்கள் எண்பதுகளின் தமிழ் சினிமாவில் முக்கியக் கதைக்களமாக இருந்தது. ஒடுக்கப்பட்ட நாயகன் X ஒடுக்கும் ஆண்டை என்ற நிகழ்வுகளாகத் திரைக்கதைகள் உருவாக்கப்பட்டன. அதன் பின் 90களின் சினிமாக்கள் ஆண்டை / இடைநிலைச் சாதிப் பீற்றல்களாக வெளிவந்தன. இந்தத் திசை மாற்றத்தை 'கடைசி விவசாயி' என்ற திரைப்படம் குறித்துப் பேராசிரியர் டி.தருமராஜ் எழுதிய குறிப்புகள் ஊடாக அணுகுவது எளிமையாக இருக்கும்.

'கடைசி விவசாயி' திரைப்படத்தை அசலான திராவிட சினிமா என்று சொல்லும் தருமராஜ், அது பிராமண நீக்கம் செய்யப்பட்ட முதல் திரைப் பிரதி என்கிறார். மேலும், தருமராஜ் முன்வைக்கும் திராவிட X பிராமண முரணை இரண்டு நிலைகளில் அணுகலாம். 1) நவீனத்துவத்திற்கேற்றவாறு தன்னைத் தகவமைத்துக்கொண்ட பிராமணீயம் X இருபத்தொன்றாம் நூற்றாண்டுக்கு வர மறுக்கும் திராவிடம். ஆனால், திராவிடம் பழைமைவாத கொள்கையா அல்லது பழைமை அடையாளங்களை மறுமலர்ச்சிக் கால சிந்தனைகள் வாயிலாக மீட்டுருவாக்கம் செய்து, பிராமணீயத்தின் அதிகார மைய தகவமைப்புக்கு எதிராக உருவான குறுந்தேசிய அதிகார மையமா? 2) இங்கு குறிப்பிடும் திராவிட X பிராமண முரண் மையநீரோட்ட இடைநிலை X உயர் என்ற இரண்டு ஒடுக்கும் சாதிகளுக்கான முரணா? திராவிடச் சிந்தனையின் அடையாளம் இந்த முரணா அல்லது அது ஓட்டு அரசியல் சார்ந்த திராவிடக் கட்சிகள் உருவாக்கிய முரணா?

இது எதுவாக இருந்தாலும், இயல்பாக விவசாயத்தையும் விவசாயிகளையும் புனிதப்படுத்த முனையும் தமிழ் சினிமா, தமிழ்ச் சமூகத்தின் பெருந்திரள் மக்களான நிலமற்ற விவசாயக் கூலிகளைப் புறந்தள்ளுகிறது. மேலும் 100 நாள் வேலைத் திட்டம் போன்றவற்றை விமர்சிப்பதின் மூலம் அதன் பயனாளிகளையும் சமூகத்தின் மையநீரோட்ட உலகைக் காக்கும் புனிதமான விவசாயி என்ற சிந்தனைக்கு எதிராக நிலைநிறுத்துகிறது.

இரண்டாயிரங்களுக்குப் பிறகு உலகமயமாக்கலின் வருகை, இணையம், மெய்நிகர் வெளிகளின் தோற்றம் ஆகியவை தமிழ்க் கதைகளின் நிகழ்வு

எல்லைகளை மேலே சொன்ன இரண்டின் தாக்கத்தின் ஊடாகக் கட்டமைக்கின்றன. மேலும், உலகமய பொருளாதாரம் உருவாக்கிய நகரம் சார்ந்த பொருளாதாரம், பெரும்பான்மை ஒடுக்கிய சாதிகள் மற்றும் குறைந்த அளவிலான ஒடுக்கப்பட்ட சாதிகளைக் கிராமங்களிலிருந்து நகரங்களை நோக்கி நகர்த்தியது, குறிப்பாக, தகவல் தொழில்நுட்பம் சார் பணிகள் இந்த நகர்வை விரைவாக்கின. நகரங்கள் ஒடுக்கிய சாதிகளின் பெருமித அடையாளங்களை, முழுமையாக இல்லை என்றாலும் ஓர் அளவுக்கேனும் சிதைத்தன. குறிப்பாக, சென்னையில் சூத்திர சாதி அடையாள அனுகூலங்கள் நிர்மூலமாக்கப்பட்ட மனிதர்கள் தாம் இழந்த அடையாளங்களைப் புனைவுகளில் தேட ஆரம்பித்ததன் விளைவாக, நினைவேக்கப் பிரதிகள் கலை வெளிகளில் உருவாகின. ஒருநிலையில் முதலாளித்துவப் பொருளாதாரத்துக்கு எதிரான அல்லது கேள்விகேட்ட படைப்புகள், அதற்கு எதிரான நிலப்பிரபுத்துவ வாழ்வு முறைக்குத் திரும்பி, இழந்துபோன அனுகூலங்களைத் திரும்பப் பெறுவதற்கு முனைந்தன.

90களில் சாதிப் பெருமை பேசிய தமிழ் சினிமாக்களின் நீட்சியாக விவசாயப் பெருங்குடி சினிமாக்கள் "நாங்கள் எல்லாம் அந்தக் காலத்தில் எப்படி இருந்தவங்க தெரியுமா" என்ற நினைவேக்கப் பீற்றல்களை வெளிப்படுத்துகின்றன. தேவர் காலடி மண்ணையும், எஜமான் காலடி மண்ணையும் தீண்ட மறுக்கும் இன்றைய மக்களை 100 நாள் வேலைத் திட்டத்தின் வாயிலாக விவசாயத்தை அழிக்கும் கயவர்களாகப் போகிற போக்கில் சொல்லிவிட்டுப் போய்விட முடிகிறது. தங்கள் அடையாளங்களையும் அதன் அனுகூலங்களையும் அழித்த நகரத்தைப் பற்றி, கயவர்களும் பொறுக்கிகளும் நிறைந்த ஊர் என்ற வெறுப்பை வெளிப்படுத்த விழைகிறது.

மீண்டும், தங்களின் சாதிய அனுகூலங்கள் நிறைந்த நிலப்பிரபுத்துவ வாழ்வு முறைக்குத் திரும்புதல் எனும் பிரகடனம், இயல்பாக அதற்கான நியாயங்களையும் சேர்த்தே கட்டமைக்கப்படுகிறது. தாங்கள் அறிந்த, தங்களுக்குச் சொல்லப்பட்ட, மெய்நிகர் ஊடகங்கள் கடத்தும் புனைவுகள் வாயிலாகத் 'தங்கள்' வரலாறை நியாயங்களாகக் கட்டமைக்கின்றனர். அப்படிக் கட்டமைக்கப்படும் நியாயங்கள் நாளைய உலகைக் காப்பாற்றும் ஒரே வழியாக முன்னிறுத்தப்படுகிறது.

முதலாளித்துவ அமைப்புமுறை மனிதர்களைத் தனித்துவிட்டவர்களாக மாற்றியிருப்பதைப் பற்றி, சமூகத்தின் ஆன்மாவைச் சிதைத்தது பற்றி, இயற்கையை உபரியின் வேட்கையைக் கொண்டு அழித்ததைப் பற்றிக் கேள்வி கேட்பதென்பது, சாதிய ஏற்றத்தாழ்வுகள் நிரம்பிய நிலப்பிரபுத்துவ வாழ்க்கைக்குத் திரும்பிச் செல்வதாகாது. சாதி எல்லோருக்குமான பொன்னுலகமாக இல்லாதபோது அதை நிராகரித்து மனிதர்கள் அனைவரும் இயைந்து வாழத் தேவையான மாற்று / புதிய வாழ்வு முறைகளைத் தேடுவதும், அதற்கான முன்நகர்வுகளாக விவசாயம் குறித்துப் பேசும்போது பஞ்சமி நில மீட்பு, கடந்த காலங்களில் ஆண்டை சாதிகள் நிகழ்த்திய சாதிய ஒடுக்குமுறைகளை ஒப்புக்கொள்வதும், போகிற போக்கில் சமூகநீதி திட்டங்கள், இடஒதுக்கீடுகள் பற்றிய அபத்தவாதங்களை முன்வைக்காமல் இருப்பதும் இருக்க முடியும்.

வாழ் - சாராம்சத்துக்கு முன் தோன்றாத இருப்புகளின் திரை வெளி

1.

இருப்புக் குறித்து முடிவற்றுத் தொடரும் கேள்விகளுக்கான பதில்களும், விளக்கங்களும், புதிய கேள்விகளும் மனித வரலாற்றில் நீடித்திருக்கும் தொடர்ச்சியான விவாதங்களில் ஒன்று. நாம் யார், எப்படி உருவானோம், ஏன் இங்கு இருக்கிறோம், இருப்பின் நோக்கம் என்ன என்பது போன்ற மனித சிந்தனையின் ஆதி கேள்விகளுக்கு எப்போதும் உறுதியான அல்லது இறுதியான பதில் கிடைத்ததில்லை,கிடைத்துவிடப் போவதுமில்லை. வேண்டுமெனில், அண்டத்தின் இயக்கத்தில் அனைத்தும் சார்பியல் வழி பயணிக்கிறது, ஒரு பொருளுக்கும் இன்னொரு பொருளுக்கும் இடையேயான சார்பு நிலை நிகழ்வுகளே அண்டமாக விரிவடைந்தது மேலும் விரிந்துகொண்டே செல்கிறது எனும் சமீபத்திய மெய்யியல் / இயற்பியல் கோட்பாடுகளை நாம் வாழும் காலத்துக்கான பதிலாகக் கருதலாம். உலகத்தின் மாபெரும் இயக்கத்தில் சிறு நிகழ்வாக மனித இனத்தின் பரிணாம வளர்ச்சி அடங்கியிருக்கிறது.

மனித பரிணாம வரலாற்றின் மிகக் குறுகிய கால அளவாக, அறிவு வளர்ச்சியும் அது சார்ந்து தகவல்களைச் சேமித்து வைக்கும் வழிகளும் கண்டறியப்பட்டிருக்கின்றன. இதையொட்டியே மனித சமூகத்தில் இருத்தலியல் குறித்த நீண்ட விவாதத்தின் தொடர்ச்சி நிகழ்ந்துகொண்டே இருக்கிறது. எழுத்து மற்றும் தகவல்களைச் சேமிக்கும் வழிகளைக் கண்டறியும் முன் இருத்தலியல் கேள்விகள் மனிதர்களுக்கு எழுந்ததா என்பது குறித்து எந்த அறிவியல் தகவல்களும் இல்லை என்றாலும், ஆதி மனித சிந்தனையிலும் இருப்புக் குறித்தான அடிப்படை கேள்விகள் இருந்திருக்கக்கூடும் என்றே கருதுகிறேன்.

இருத்தலியல் குறித்த விவாதங்கள் ஒரு மையப் புள்ளியில் தோன்றி குறிப்பான இந்தக் காலத்தில் / இடத்தில் நிறைவுபெற்றன என்று வரலாற்றுத் தொடக்கம் மற்றும் முடிவை வரையறை செய்ய முடியாது. இருத்தலியல் என்ற வார்த்தையை மனித - மைய ஐரோப்பிய மெய்யியல் கருத்தியலிலிருந்து அணுகாமல் இயற்பியலின் இயற்கை அல்லது அண்டத்தின் இருப்பு எனும் இயற்கை / அண்ட - மைய கருத்தாக்கத்திலிருந்து அணுகுவது மானிட இருப்பின் சார்பியல் தன்மைகளை அணுக ஏதுவாக இருக்கக்கூடும்.

மனிதர்கள் ஏன் இருப்புக் குறித்தும் அதன் நெருக்கடிகள் குறித்தும் தொடர்ந்து விவாதித்துக்கொண்டே இருக்கிறார்கள் எனும் மிகப்பெரிய கேள்விக்கு மிக இலகுவான ஒரு விளக்கத்தை எழுதிவிட முடியாதுதான். ஆனால், மனித பரிணாமத்தின் அனைத்து நிகழ்வுகளும் ஏதோ ஒருவகையில் மனித - மைய நிகழ்வுகளாக இருந்திருக்கின்றன / இருக்கின்றன. மனித - மையவாதத்தை மூலமாகக் கொண்டுதான் நாம் தொடர்ந்து மானுட இருப்புக் குறித்த ஆய்வுகளை, கருத்துகளை உருவாக்கிக்கொண்டே இருக்கிறோம். குறிப்பாக கலை மற்றும் அறிவியல் வடிவங்களில் மனித இருப்புக் குறித்த விளக்கங்களும், தீர்வுகளும், தீர்ப்புகளும் தொடர்ந்து எழுதப்படுகின்றன.

அண்டத்தின் இருப்பை அல்லது குறைந்தபட்சம் மனித இருப்பையேனும் ஏதேனும் ஒரு தர்க்கத்தின் உதவியுடன் விளக்க முடியுமா என்றால், முடியாது என்பதே பதிலாக இருக்கிறது. காரணம், இதுநாள்வரையிலான மனித சிந்தனை, 'நிகழ்வுகள் மீது கவனம் செலுத்தாமல் பொருட்கள் மீது கவனம் செலுத்த விளைந்ததே' என்று சொல்ல முடியும். நிகழ்வுகள் குறித்த மனித சிந்தனையின் ஆரம்பமாக ஆல்பர்ட் ஐன்ஸ்டைனின் சார்பியல் கொள்கையைச் சொல்ல முடியும். உறுதியான / இறுதியான பதில்களிலிருந்து விலகி, நாகார்ஜுனர் காலத்திலிருந்து சார்பான பதில்களை நோக்கி மனிதர்கள் நகர ஆரம்பித்து ஆயிரம் ஆண்டுகளைக் கடந்துவிட்டிருந்தாலும் அதற்கான அறிவியல் விளக்கங்களை ஐன்ஸ்டைனே முதலில் முன்வைத்தார் என்று சொல்லலாம் அல்லது சார்பான உண்மைகளின் அறிவியல் ஆதாரங்களை முன்வைத்தார்.

இதையொட்டிய நிகழ்வுகள் இரண்டாம் உலகப்போருக்குப் பின்னான ஐரோப்பிய மெய்யியல் களத்திலும் நிகழ்ந்தது. குறிப்பாக, ஐரோப்பிய மனித - மையவாத இருத்தலியல் கருத்தாக்கத்தை விட்டு விலக முயற்சித்த பின்நவீன சிந்தனை முறை, அதற்கேயான சிக்கல்களுடன் ஒற்றைத் தீர்வு கருத்தியல்களை விட்டு வெளியேற முயற்சித்தது.

மனித இருத்தலியல் நெருக்கடிகளை / அபத்தங்களைப் பேசும் கலை வடிவங்கள் உலகம் முழுவதும் அதிகம் பிரபலமான ஒன்று. குறிப்பாக, மறுமலர்ச்சிக் கால ஐரோப்பிய கலை வடிவங்களில் இதை அதிகம் பார்க்க முடியும். இலக்கியங்களில் நீட்ஷே தொடங்கி சிமோன் தே பூவா, ஹேசல் பார்னாஸ், ஆல்பர்ட் காம்யு, பிரான்ஸ் காஃப்கா, மூான் பால் சார்த்தர் என மிக நீண்ட வரிசை இருக்கிறது. தமிழில் எழுதப்பட்ட பெரும்பான்மையான நவீன கால எழுத்துகளை இருத்தலியல் அளவீடுகளைக் கொண்டு அணுக முடியும் என்றே கருதுகிறேன்.

2.

கலை, இருபதாம் நூற்றாண்டின் தொடக்கத்தில் தொழில்நுட்பங்களின் வருகையுடன் அதன் வடிவத்தைத் திரைக்கு மாற்றிக்கொண்டது. மெய்நிகர் தொழில்நுட்ப உலகில் மனித உணர்வுகள் அனைத்தும் தொடுதிரைகளில் கண்கள் வழியாகவே கடத்தப்படுகின்றன. சினிமாவின் நூறு ஆண்டுகளில் இருத்தலியல் சிக்கல்களை அணுகிய படங்கள்: சார்லி சாப்ளினின் 'மார்டன் டைம்ஸ்', இங்மர் பெர்க்மெனின் 'வைல்ட் ஸ்ட்ராபெரிஸ்', மியா ஹேன்சனின் 'திங்ஸ் டு கம்', அகிரா குரோசாவாவின் 'இக்கிரு' என்று சொல்லிக்கொண்டே போகலாம். தமிழ் சினிமாவிலும் சில நேரங்களில் இருத்தலியல் சிக்கல்களை அணுகிய திரைப்படங்கள் உருவாக்கப்பட்டிருக்கின்றன. அரசியல் பிரச்சார திரைப்படங்கள் என்றாலும் 'பராசக்தி'யை அல்லது 'ரத்தக் கண்ணீ'ரை இருத்தலியல் சிக்கல்களை அணுகிய ஆரம்பகால திரைப்படங்கள் என்று கூறலாம். இந்த வரிசை சமீபத்திய 'சூப்பர் டீலக்ஸ்', 'வாழ்' வரை தொடர்கிறது.

'சூப்பர் டீலக்ஸ்', இருத்தலியல் நெருக்கடிகளைப் பேசிய பெரும்பான்மையான படங்களிலிருந்து விலகி, கதாசிரியரின் (இயக்குநர்) இடத்திலிருந்து இருத்தலியல் கோட்பாடுகளை அணுக விளைந்தது என்று சொல்ல முடியும். இருத்தலியலின் அடிப்படைகளில் ஒன்றான 'நோக்கம் மற்றும் சுதந்திர'த்தை விவாதித்த 'சூப்பர் டீலக்ஸ்' ஐரோப்பிய இருத்தலியல் கோட்பாடுகளின் மூலமான - 'இருப்பு சாராம்சத்துக்கு முந்தியது' குறித்து ஏதும் பேசவில்லை என்றே கருதுகிறேன்.

இந்த வழித்தடத்தில்தான் 'வாழ்' திரைப்படத்தைப் பொருத்திப் பார்க்க வேண்டியிருக்கிறது. பெரும்பான்மையான தமிழ்த் திரைப்படங்களில் பொதுவான ஒரு திரைக்கதை வடிவமிருக்கும். கதையின் முழுமையான

பிரதியை உருவாக்காமல், ஒற்றை வரி சாராம்சத்தைக் கொண்டு அதன் மீது திரைக்கதை எழுதுவது. தமிழ்த் திரைப்படங்களைத் தொடர்ந்து பார்க்கும் பார்வையாளரால் ஒரு காட்சியின் உருவாக்கம், அது கதையின் சரடில் வலிந்து முடிச்சுப் போட்டுக் கோக்கப்பட்ட விதம் போன்றவற்றை எளிதாகப் புரிந்துகொள்ள முடியும், இதற்கென்று தனியாகத் திரைக்கதை எழுதும் திறன் ஏதும் வேண்டியதில்லை. இத்தகைய கதை உருவாக்கங்கள் பார்வையாளர்களுக்குக் கதையுடன் சேர்ந்து பயணிப்பதற்கான வெளியைக் கொடுக்காமல், வலிந்து திணித்த காட்சிகளே திரையை முழுமையாக ஆக்கிரமிப்புச் செய்துவிடுகின்றன. அதைக் கண்டு பார்வையாளர் ஆச்சரியம், அதிர்ச்சி, கோபம், சோகம் போன்ற புறவெளி உணர்வுகளை மட்டுமே வெளிப்படுத்த நிர்ப்பந்திக்கப்படுகிறார்.

கதையின் ஆசிரியர் ஒரு சர்வாதிகாரியின் தோரணையுடன் தான் சொல்லவந்ததை மட்டுமே பார்வையாளர்கள் உள்வாங்கிக்கொள்ளும் இறுக்கம் நிறைந்த வெளியையே இத்தகைய படைப்புகளின் வழி கொடுக்கிறார். அதைத்தான் ‘வாழ்’ படமும் பார்வையாளர்களுக்குக் கொடுக்கிறது அல்லது திணிக்கிறது.

இப்படித் திணிக்கப்படும் வெளியில் நீதிபதியாக உருக்கொள்ளும் ஆசிரியர், இருத்தலியல் நெருக்கடிகளுக்கு ஒற்றைத் தீர்வென முப்பது நாட்கள் இன்பச் சுற்றுலா செல்லச் சொல்கிறார். மனித இருத்தலியல் சிக்கல்களை இவ்வளவு எளிதாகத் தீர்த்துவிட முடியுமென நான் கருதவில்லை. அப்படி நிகழுமெனில் பிறக்கும் ஒவ்வொரு மனிதரும் மரணிக்கும்வரை சமூகச் சங்கிலிகளில் சிக்குண்டு சிதைந்து போகும் தேவை இருக்காதுதான்.

இங்கு மனிதர்களின் இருப்புக் குறித்த நெருக்கடிகளுக்குக் காரணிகளாகச் சமூக, அரசியல், பொருளாதார, அறிவியல், மெய்யியல் என்று அனைத்து அமைப்புகளும் ஒருங்கே இணைந்து இயங்குகின்றன. இவற்றைவிட்டு மனிதர்கள் எளிதில் விலகிவிட முடியாது என்பதுதான் இருத்தலிய எதார்த்தம். ஒருங்கிணைத்த இந்தச் சமூகச் சங்கிலி பிணைப்புகளே மனித சிந்தனை வெளியைக் குறுகிய வட்டத்தில் இயங்க அனுமதிக்கின்றன. இதனால்தான் காலநிலை மாற்றம் குறித்து எந்த அக்கறையும் இல்லாமல் அடுத்து செவ்வாய் கிரகத்துக்கு யார் செல்வது என்றும், எந்தக் கடலுக்கடியில் புதைபடிவ எரிபொருட்கள் இருக்கும் என்றும் அநேக தேசங்களின் நிர்வாகிகள் தேடிக்கொண்டிருக்கின்றனர். இன்னும் சிலரோ ஒருபடி மேலே சென்று மாட்டுச் சாணத்திலிருந்து உலகின் அனைத்துப் பிரச்சினைகளுக்கும் தீர்வுகளைத் தேடிக்கொண்டிருக்கிறார்கள்.

இதையொட்டியே முப்பது நாட்கள் இன்பச் சுற்றுலா தீர்வுகளை அணுக வேண்டியிருக்கிறது. இவ்வளவு எளிதான தீர்வுகளை நம்மால் கண்டுபிடித்துவிட முடியுமெனில், கிரெகோர் சம்சா தூக்கத்திலிருந்து விழிக்கும்போது பெரிய பூச்சியாக உருமாற்றம் அடைந்திருக்கமாட்டார் அல்லது தன் இருப்பு ரோகுண்டனுக்கு குமட்டலைக் கொடுத்திருக்காது அல்லது இறந்துபோன பெண்ணை வன்புணர்ந்த ஈஸ்வர் சிங்குக்கு அவள் உடல் வெறும் குளிர்ந்த சதைப் பிண்டமாக இருந்திருக்காது.

'வாழ்' திரைக்கதையின் பாத்திரங்கள் அனைவரும் பார்வையாளர்களின் உணர்வுகளை மையமிட்டு வலிந்து உருவாக்கியவர்களாகவே இருக்கிறார்கள். திரை முழுவதும் வியாபித்திருக்கும் கதை மாந்தர்கள் வெளிப்படுத்தும் அதீத உணர்வுகள் பார்வையாளரின் உணர்வுகளாக மீட்டுருவாக்கம் கொள்கின்றன. அதீத உணர்வுகளை வெளிப்படுத்தும் பிரதிகள் வாசிப்பவரின் / பார்வையாளரின் அனுபவ எல்லையைச் சுருக்கி பிரதியின் அனுபவத்தை நிகழ்த்தத் தவறிவிடுகின்றன.

இக்கதை மாந்தர்கள் அனைவரும் கதையின் சுவாரஸ்யத்தைக் கூட்டுவதற்கான பொருட்களாக இருக்கிறார்களேயொழிய இருத்தலியல் நெருக்கடிகளைப் பார்வையாளர்களுக்குக் கடத்தும் மனிதர்களாக இருக்கிறார்களா என்பது பதில் இல்லாத கேள்வியாகவே இருக்கிறது. மேலும், இருத்தலியல் நெருக்கடிகளின் அடிப்படைகளைக் கூட திரைக்கதை பேசவில்லை என்பதாகவே கருத வேண்டியிருக்கிறது.

3.

பெயரற்ற மனிதராக இருப்பதன் தீவிரம், பெயரற்ற மனிதராக இருந்தால் மட்டுமே புரியும் என்று நினைக்கிறேன். அனைத்தும் அடையாளங்களால் நிர்மாணிக்கப்படும் சமூகக் கட்டமைப்பில், ஒரு பெண் யாத்ரா அம்மாவாக மட்டும் இருப்பது சமூக எதார்த்தம் என்று இருபத்தொன்றாம் நூற்றாண்டில் சொல்ல முடியாது. நம் காலத்தில் நடக்கும் ஒடுக்கப்பட்டவர்களின் போராட்டங்கள் அனைத்தும் இழந்துபோன அல்லது பறிக்கப்பட்ட அடையாளங்களை மீட்டெடுப்பதற்கான போராட்டங்களாகவே இருக்கின்றன. இந்தக் காலகட்டத்தில் இருத்தலியல் நெருக்கடிகளின் அனுபவங்களைப் பேசும் பிரதியில் கதையின் மையப் பாத்திரமொன்று, எந்த அடையாளங்களுமற்று ஒரு குழந்தையின் தாயாக மட்டும் உருவாக்கப்பட்டிருப்பதின் அபத்தத்தை காமெல் தாவுத் (மெர்சோ:

மறுவிசாரணை), காம்யுவின் (அந்நியன்) மெர்சோ கொன்ற பெயரற்ற அரேபியருக்குப் பெயரைச்சூட்டி அவரது உலகின் வழியில் மெர்சோவின் கொலையை அணுகியதைப் போல் 'வாழ்' பிரதியின் கதாசிரியர் சூட்ட மறந்த பெயரை அந்தப் பெண் பாத்திரத்துக்குப் பார்வையாளர்கள் சூட்ட வேண்டியிருக்கிறது.

காம்யு, ஓர் அரேபியருக்குப் பெயரைச் சூட்ட மறந்தது அல்லது அந்த அரேபியரின் நிலத்தில் வாழும் ஒரு பிரெஞ்சு மனிதனின் கதையைச் சொல்லுமிடத்தில் அரேபியர் பெயரற்ற அந்நியராகவும், மெர்சோ தனக்கான அடையாளங்களைத் தொலைக்க அலையும் பிரெஞ்சு அல்ஜீரியனாகவும் இருப்பது ஐரோப்பிய மையவாத அரசியல் பின் புலத்தில் இருந்தே பார்க்க வேண்டியிருப்பதைப் போல்; 'வாழ்' கதையின் மையமான பெண் பாத்திரமும் ஆண் பிரக்ஞை வெளிப்படுத்தும் பெண் உடலாகவே இருக்கிறார். ஆண்களுக்காவே வாழும் பெண் - மனைவியாக, காதலியாக, தாயாக!

இந்தப் பாத்திர படைப்பு என்பதே ஆணுக்கான பெண் உடல் எனுமிடத்தில் இருந்தும், பிள்ளைக்காகவே வாழும் தாய் எனும் சமூகத்தில் நிலவும் போலிப் புனிதங்களில் இருந்துமே உருக்கொள்கிறது. தன் மீது கணவன் நிகழ்த்தும் பாலியல் / உடல் வன்முறைகளைத் தாங்கிக்கொள்ளும் பெண் தன் பிள்ளை மீது நிகழும் வன்முறை காரணமாகக் கணவரைக் கொலை செய்கிறார். பிள்ளைக்காகக் கணவனையும் கொலை செய்யும் தமிழ்ச் சமூகத்தின் தாய்மையின் போலிப் புனிதமும், கட்டிய கணவனையே கொலை செய்யும் மனைவி எனும் அதிர்ச்சியும் என்று இருவகை உணர்வுகளுக்கு உள்ளாகும் பார்வையாளருக்கு, பொதுபுத்தியில் பதிந்திருக்கும் பெண் குறித்த அளவீடுகளை உறுதி செய்வதாக இருக்கிறது. ஒரு பெண்ணின் இருப்பு என்பது ஆண்களுக்கானது என்று நிறைவுகொள்கிறது.

இப்படியே யாத்ரா அம்மா கதை முழுவதிலும் பயணமாகிறார். அவரின் இருப்பு என்பது யாத்ராவின் இருப்பாகவே இருக்கிறது. யாத்ராவின் இருப்புக்காகவே அப் பாத்திரம் அனைத்தையும் செய்கிறது. யாத்ராவுக்கான பாதுகாவலராக பிரகாஷ் இருப்பார் என்று நம்பும் யாத்ரா அம்மா, அதற்குக் கூலியாக அவருடன் காமம் கொள்கிறார் என்றுதான் பார்வையாளர் கருத வேண்டியிருக்கிறது. தன் மகனுக்கு நல்ல பாதுகாவலரைத் தேடும் அவர் இறுதியில் பிரகாஷைக் கண்டுபிடித்த நிறைவில் தற்கொலை செய்துகொள்ள முடிவு செய்கிறார். இப்படிக்

கதை முழுதும் தன் சுயத்தைத் தொலைத்தவராக, வேறோர் ஆணின் இருப்பைப் பாதுகாக்கும் பொறுப்பை மட்டுமே ஏற்றவராக அப்பாத்திரம் வருகிறது. இதுதான் சமூக எதார்த்தம் என்று வைத்துக்கொண்டாலும் கூட ஒரு பிரதியின் அறம் சமூக நிகழ்வுகளைப் பதிவு செய்வதல்ல. அது வரலாறை எழுதுபவர்களின் பணி. மேலும் பெண் அடையாளங்களை நிராகரிக்கும் ஆண் மையவாதச் சமூக எதார்த்தத்துக்கு எதிரான பெண்ணிய முன்னெடுப்புகள் பல நூறு வருடங்களாக நிகழ்ந்துவரும் சூழலில், மீண்டும் மீண்டும் ஆண்களுக்காகவே பெண் எனும் புனிதப்படுத்தப்பட்ட போலி பிம்பங்கள் பாதுகாக்கப்படும் அபத்தத்தின் எடுத்துக்காட்டாகவே யாத்ரா அம்மா இருக்கிறார். இருப்பு நிராகரிக்கப்பட்ட, ஆண் மனம் உருவாக்கிய அடையாளமற்ற பெண் உடலின் இருத்தலியல் அறம்!

'கற்றது தமிழ்' முதல் தமிழ்த் திரைப்படங்களில் உழைப்புச் சுரண்டலுக்கு உள்ளாகும் பாத்திரங்களை வடிவமைக்க இலகுவான அமைப்பாகத் தகவல் தொழில்நுட்ப வேலையிடங்கள் இருக்கின்றன. திரும்பத் திரும்பத் தமிழ் சினிமாக்களில் உழைப்புச் சுரண்டலுக்கு உள்ளாகி இருத்தலியல் நெருக்கடிகளுக்கு ஆட்படுபவர்களாகத் தகவல் தொழில்நுட்பப் பணியாளர்கள் மட்டுமே காட்டப்படுகிறார்கள் அல்லது பார்வையாளர் ஏற்கெனவே நம்பிக்கொண்டிருக்கும் சமூகப் புரிதல் ஒன்றைக் கொண்டு பிரதியை எளிதில் உருவாக்குகிறார்கள்.

உழைப்புச் சுரண்டலுக்குத் தகவல் தொழில்நுட்பப் பணியாளர்கள் மட்டுமே ஆளாகிறார்களா என்றால், உபரியை மட்டுமே நோக்கமாகக் கொண்டு இயங்கும் கூட்டு முதலாளித்துவம் ஓங்கி வளர்ந்து நிற்கும் காலத்தில், மத நிறுவனங்கள் முதல் காட்சி ஊடகங்கள், ஆய்வுக் கூடங்கள், அச்சு ஊடகங்கள், நிதி நிறுவனங்கள், திரைத்துறை, கல்விக் கூடங்கள், மருத்துவத் துறை, பொதுச் சுகாதாரம், அரசியல் கட்சிகள் என்று அனைத்து அமைப்புகளிலும் தகவல் தொழில்நுட்பப் பணிகளுக்குச் சம அளவிலான உழைப்புச் சுரண்டல்கள் நடந்துகொண்டுதான் இருக்கின்றன.

எட்டு மணிநேரம் மட்டுமே உடல் உழைப்பு, இரண்டு நாட்கள் விடுமுறை எனும் அடிப்படைத் தொழிலாளர் நலன்களை மறுக்கும் பணியிடங்கள் அனைத்துத் துறைகளிலும் இருக்கின்றன. ஆனால், மற்ற பணியிடங்களை விடுத்துத் தகவல் தொழில்நுட்ப வேலையிடங்களின் உழைப்புச் சுரண்டலையும் அது உருவாக்கும் இருத்தலியல் நெருக்கடியையும் காட்சிப்படுத்தியிருப்பதன் மூலம் சமூகத்தில் ஏற்கெனவே புழக்கத்திலிருக்கும்

கருத்தாக்கத்தைக் கொண்டு திரைக்கதை வடிவமைக்க ஏதுவானதாக இருப்பதைத் தவிர்த்து, அப்பாத்திரம் உடலுழைப்புச் சார்ந்த மனித இருப்பின் அடிப்படைச் சிக்கல்கள் குறித்து ஏதும் பேசவில்லை.

காதலின் பெயரிலும், குடும்பத்தின் பெயரிலும், கௌரவத்தின் பெயரிலும் பெண்களுக்கு எதிரான வன்முறைகள் நிகழும் சமூக அமைப்பில், இருத்தலியல் அறங்களைப் பேசும் ஒரு படைப்பு, காதலின் எதார்த்த வன்முறைகளை, நெருக்கடிகளைப் பேசாது மீண்டும் மீண்டும் பெண்களைக் குறை சொல்லும் தமிழ் சினிமா கதையாடல்களின் நீட்சியாகத் தொடர்வது சலிப்பையே தருகிறது. பிரகாஷின் காதல், தமிழ் சினிமா ஆண் மனம் நம்பிக்கொண்டிருக்கும் வழமையான மிகைப்படுத்தப்பட்ட காதலின் வடிவத்தில் இயங்குகிறது. அதுவே காதலின் இருத்தலியல் சிக்கல் என்றும் பேச விழைகிறது.

வன்முறையான காதலியிடம் சிக்கித் தவிக்கும் அப்பாவி காதலனின் கதை. இங்கு காதலுக்கு உரிமை உடையவராக இயல்பாக அந்த ஆண் உருக்கொள்கிறார். ஏனெனில், வழமையான தமிழ் சினிமாக் கதைகளைப் போல், ஆணின் பார்வையிலிருந்து மட்டுமே காதல் பேசப்படுகிறது. அந்த ஆணின் விருப்பம் மற்றும் தேர்வுகளுக்கு ஏற்ப காதலிக்க வேண்டிய ஒரு பொருளாக மட்டுமே பெண் கருதப்படுகிறார். அந்தப் பெண்ணின் உணர்வுகள், சந்தேகங்கள், விருப்பு வெறுப்புகளே ஆணுக்கு இருத்தலியல் நெருக்கடிகளைக் கொடுக்கிறது. தனித்து விடப்பட வனாந்திர காட்டிலிருந்து நீண்டகாலம் கழித்து உதவி கேட்டுப் பேசும்போது கூட அவரைக் காப்பாற்றாது அவரிடம் சண்டையிட்டு அழுகிறார் அந்தப் பெண். இப்படி, பார்வையாளர்கள் சிரிக்க வேண்டும் எனும் அடிப்படையில் மட்டுமே இப்பெண் பாத்திரம் உருக்கொள்கிறது. அதைத் தாண்டி இந்நூற்றாண்டின் உறவுச் சிக்கல்கள் குறித்து வேறெதுவும் பேசுவதாகத் தெரியவில்லை.

பெண்கள் ஆண்கள் மீது வன்முறையை, சுரண்டலை எதிர்பார்ப்புகள் எனும் பெயரில் வெளிப்படுத்துவார்கள். அவர்களிடமிருந்து தப்பிக்க ஒரே வழி விலகி ஓடிவிடுவதுதான். காதல் குறித்தும், பெண்கள் குறித்தும் அபத்தமாக வெளிப்படும் ஆண் மனதைத் தாண்டி காதலின் நெருக்கடிகள், காதலில் பெண்களின் பக்கங்களைப் பேசத் தேவையில்லை என்பதே தமிழ்த் திரைப்படங்களின் இருத்தலியல் அறமாக இன்றுவரை இருக்கிறது.

பொதுவாக, தமிழ்த் திரைவெளிகளில் போகிற போக்கில் பைத்தியம் என்ற அடைமொழியுடன் எளிதில் கையாளப்படும் பாத்திரங்களில் ஒன்று மனநோய் கொண்ட கதாபாத்திரங்கள். அறிவியல் தர்க்கங்கள் ஏதும் இல்லாமல் பொது மனநிலையிலிருந்து உருவாக்கப்படும் இப்பாத்திரங்கள், நகைச்சுவைப் பாத்திரங்கள் என்றோ அல்லது வன்முறையாளர்கள் எனும் அடிப்படையிலோ உருவாக்கப்படுகின்றன. யாத்ராவின் பாத்திர வடிவமைப்பும் அத்தகையதாகவே தோன்றுகிறது. ADHDயின் அனைத்து அறிகுறிகளையும் கொண்ட ஒரு குழந்தைக்கு அவனின் தாய், 'யாத்ராவுக்கு எந்த மனநோயும் இல்லை' என்று உறுதிப் பத்திரம் வாசிக்கிறார். அது குழந்தையைப் பாதுகாக்கும் தாயின் இயல்பான குணம் என்று கருதினாலும் யாத்ராவின் அதீத சுறுசுறுப்பு உண்டாக்கும் இடையீடுகளைக் கொண்டு பார்வையாளரின் சிரிப்பைக் கோருவதையே அப்பாத்திரத்தின் வடிவமாக இயக்குநர் கொண்டிருக்கிறாரென்று புரிந்துகொள்ள வேண்டியிருக்கிறது. குறிப்பாக, பிரகாஷுக்கும் யாத்ராவுக்கும் இடையே நடக்கும் அனைத்து நிகழ்வுகளும் பார்வையாளரின் சிரிப்பை மையமிட்டே உருக்கொள்கிறது.

கதையில், அதீத சுறுசுறுப்பான கதை மாந்தரின் தேவை ஒன்று நாயகரின் பார்வையில் ஆட்டிசம் பாதித்தவராக இருக்க வேண்டும் அல்லது பார்வையாளரின் மகிழ்ச்சியான உணர்வைக் கோருவதாக இருக்க வேண்டும் எனும் அளவில் நிறைவுகொள்கிறது. அதைத் தாண்டித் தமிழ்ச் சமூக நடைமுறைகளின்படி உளவியல் சிக்கல்கள் குறித்து எதுவும் பேசக்கூடாது. மருத்துவத் தகவல்களை, கதாசிரியரின் முதல் திரைப்படத்தைப் போல் போலிச் செய்திகள் மூலம் கட்டமைக்க வேண்டும் அல்லது நிராகரிக்க வேண்டும்.

4.

அபத்தமான காதலும், பணியிட நெருக்கடிகளும், குடும்பச் சிக்கல்களும் பிரகாஷை யாத்ரா அம்மாவுடன் பயணிக்க வைக்கிறது அல்லது அவர் மீதான ஈர்ப்பு அப்படிச் செய்ய வைக்கிறது. அந்தப் பயணம் கொடுக்கும் அனுபவம் பிரகாஷை தான்யா குவேராவுடன் பாப்புவா நியூ கினியா வரை பயணிக்க வைக்கிறது. தெருவில் போலி கடவுச்சீட்டை மாற்றும், தற்கணத்தில் மட்டுமே வாழச் சொல்லும் மானுடவியல் ஆராய்ச்சியாளரான தான்யா, பாப்புவா நியூ கினியாவில் கூட மானுடவியல் ஆய்வுகள் குறித்து ஏதும் செய்யாது காணாமல் போகிறார். பாப்புவா நியூ கினியாவின் பூர்வ குடிகள், இந்தியர்கள் காலனியத்தின் பயனாகப் பெற்ற பூர்வகுடிகள் பற்றிய

பொது புத்தியில் பதிந்திருக்கும் புரிதலின்படி பிரகாஷ் பயணத்தின் ஒரு பகுதியாக வந்து செல்கிறார்கள்.

இந்திய நிலப்பரப்பின் பொருளாதாரம், கலாச்சாரம், உணவுப் பழக்கம், ஆடைத் தேர்வுகள், இசை, கலை, மொழி, ஊடகம் என்று பொருள் சார்ந்த வாழ்க்கை முறை அனைத்திலும் உலகமயமாக்கல் பெரும் மாறுதல்களைக் கொண்டுவந்தது. வெளிப்படையாகச் சாதி, குடும்ப, பொருளாதார ஏற்றத்தாழ்வுகளைத் தவிர மற்ற அனைத்து விழுமியங்களும் பெரும் மாறுதலுக்கு உள்ளாகின. மக்கள்தொகையின் ஒரு பகுதி, சுமார் 10 - 20% மேற்குலகின் நுழைவுச் சீட்டைப் பெற்றார்கள் - லூயி விட்டான், பீட்ஸா, ஜாக்கி, ஜஸ்டின் பீபர், ஷகிரா, ரியல் மாட்ரிட், மெஸ்ஸி, பெக்காம், ஜே.கே ரவுலிங், டான் பிரவுன் என்று பலவும் 1990களுக்குப் பிறகு இந்திய நிலப்பரப்பில் எதிரொலிக்கத் தொடங்கின. மேலும் இந்தியர்கள் ஒவ்வொருவரும் மேற்கத்தியராக வேண்டும் என்று கனவு காண்கிறோம் - துல்லியமாகக் கூற வேண்டுமெனில் 'பழுப்பு நிற வெள்ளையர்'களாக விரும்புகிறோம்.

அப்படி பல மேற்கத்தியச் சடங்குகளைப் 'போலச் செய்த' இந்தியர்களின் சமீபத்திய 'போலச் செய்தல்'தான் சுற்றுலா / பயணம். உலகில் இருக்கும் எந்த உயிருக்கும் பயணமென்பது புதிதல்ல. இந்தப் பூமியில் நடந்த குடியேற்றங்கள் அனைத்தையும் பயணங்களே சாத்தியமாக்கியன. மேலும் பெரும்பான்மையான வலதுசாரிகள் சொல்வதைப் போல் இடப்பெயர்வு மனிதர்களுக்கு எதிரானது அல்ல. பயணத்தினூடான இடப்பெயர்வுகளே உயிர்களின் பரிணாமத்தைச் சாத்தியமாக்கின. ஆனால், தொழில்மயமாக்கல் மத்திய கால ஐரோப்பாவில் பயணம் / விடுமுறைச் சுற்றுலா பற்றிய புதிய கருத்தாக்கத்தை உருவாக்கியது. அதன் நீட்சியாகச் சில நூறாண்டுகள் கழித்து 10 - 20% இந்தியர்கள் இன்று பயணம் எனும் பெயரில் இன்பச் சுற்றுலா செல்கிறார்கள்.

இன்றைய மெய்நிகர் உலகில் பயணம் என்பது ஊதிப் பெருக்கப்பட்ட ஒன்றாக இருக்கிறது. இங்கு பயணம் என்று நாம் நம்பிக்கொண்டிருக்கும் அனைத்தும் இன்பச் சுற்றுலாக்களே. புதிய நிலத்தின் அனுபவங்களைப் பெறாத எந்தவொரு பயணத்தையும் பயணமாகக் கருத முடியாது. பயணத்தில் அனுபவம் முதலிலும், காசு கடைசியாகவும் முக்கியத்துவம் கொள்கிறது. இன்பச் சுற்றுலாவுக்கான அடிப்படைகளாகக் காசு இருக்கிறது.

உங்களிடம் இருக்கும் காசுக்கேற்ப உங்களால் சுற்றுலா செல்ல முடியும் - ஊர், மாநிலம், நாடு, கிரகம் இப்படி.

'வாழ்' திரைக்கதையில், சமூகத்தில் நிலவும் இருத்தலியல் நெருக்கடிகள் அனைத்துக்கும் ஒற்றைத் தீர்வென முப்பது நாட்கள் சுற்றுலா செல்லச் சொல்கிறார் பிரகாஷ். மெய்நிகர் உலகமும் சமூக ஊடகங்களும் உருவாக்கியிருக்கும் பயணம் குறித்த பிம்பங்கள் காரணமாக இந்த முப்பது நாட்கள் சுற்றுலாவைப் பயணம் என்று நம்புகிறோம். அதுவே இருத்தலியல் நெருக்கடிகளுக்கான தீர்வு என்றும் நம்புகிறோம்.

பயணம் என்பது வெறும் ஒரு நிலத்தைவிட்டு இன்னொரு நிலத்துக்குச் செல்வது மட்டுமல்ல. பயணம் முடிவற்றது, அது இருப்பின் பல்வேறு அனுபவங்களையும் தரக்கூடியது. ஒரு மனிதரை அந்நியராக மாற்றக்கூடியது. சமூக அடையாளங்களை உதறிவிட்டு அந்நிய நிலத்தில் அதன் மனிதர்களுடன் இருப்பதைத் தாண்டி ஒரு பயணம் எதையும் செய்துவிடாது. இருத்தலியல் நெருக்கடிகளுக்கும் அபத்தங்களுக்கும் தீர்வுகளைச் சொல்லாது. ஆனால், அவற்றை ஓரளவு புரிந்துகொள்ள உதவும். பயணம் இருத்தலியல் வினாக்களுக்குப் பதில்களை அல்லது தீர்வுகளைக் கொடுக்கக்கூடியது எனில் அல்லது இயற்கையும் உயிர்களின் பரிணாம வளர்ச்சியும் ஒரு திரைப்படம் கொடுக்கும் தீர்வுகள் அளவு சிக்கலற்றது எனில் நாம் இதுநாள்வரை இருப்புக் குறித்தும், அண்டம் குறித்தும் மேற்கொள்ளும் மெய்யியல், இயற்பியல் ஆய்வுகள் அனைத்தும் தேவையில்லாமல் போயிருக்கும்.

"இன்று ஓர் ஆரோக்கியமான அவநம்பிக்கையைக் கொண்டிருங்கள் மனிதர்களே, பருத்த இதயமுடையவர்களே, திறந்த இதயங்கொண்ட மனிதர்களே. மேலும், உங்கள் காரணங்களை இரகசியமாக வைத்திருங்கள்! ஏனெனில், இந்த நிகழ்காலம் கும்பலுக்குச் சொந்தமானது."

- நீட்ஷே *(ஜரதுஷ்ட்ரா இவ்வாறு கூறினான்).*

நூற்றாண்டின் மிகப் பெரிய மோசடி மற்றும் சில கதைகள்

'**த**னிமையின் நூறு ஆண்டுக'ளை எழுதி முடிப்பதற்குப் பதினாறு வருடங்களுக்கு முன், பின்பனி காலத்துக்குப் பின்னான, வெப்பமண்டல நிலத்தின் கோடையில் மார்க்கேஸ் மகாந்தோவில் இருந்த ஒரே தெருவின் வடக்கு எல்லையில் ஒரு வீட்டினைக் கட்டினார். உயரமான வாசலையும், மிகப்பெரிய சன்னல்களையும் கொண்ட அந்த வீட்டின் முன் கதவு சூரியன் மறையும் முன் தாழிடப்பட்டிருந்ததின் நினைவுகள் யாரிடமும் இல்லை. அந்த வீட்டுக்குள் யார் வேண்டுமென்றாலும் எப்போது வேண்டுமென்றாலும் வரலாம், விசாலமான எப்போதும் குளிர்ச்சியுடன் இருக்கும் அந்த வீட்டைச் சுற்றிப் பார்க்கலாம், சில சமயம் ஓய்வெடுக்கலாம். மார்க்கேஸ், அந்த வீட்டினைப் புயேந்தியாக்களுக்காய் காட்டினார். அடுத்த நூறு ஆண்டுகளைப் புயேந்தியா குடும்பம் அங்கு கழிக்கப் போகிறார்கள். அந்த வீடும் மகாந்தோவும் ஒன்றாக உருவாகி, ஒன்றாகச் செழித்து, ஒன்றாகச் சிதிலமடையப் போகின்றன. அதை உர்சுலா மட்டும் பார்த்துக்கொண்டே இருக்கப் போகிறாள். மெல்கியதேஷ் பரிசாகக் கொடுத்த அவுரி மையினைக் கொண்டு மார்க்கேஸ் அந்த வீட்டின் கதையை எழுதி முடிப்பதற்கு முன்பே இலத்தீன் அமெரிக்காவில் வாழ்ந்த பலர் தங்கள் கைகளில் புயேந்தியாக்கள் வீட்டின் வரைபடத்தை வைத்திருந்தனர்.

'ஒரு நாவலுக்கான குறிப்புகள்' எனும் அந்தக் கட்டுரை புயேந்தியாக்களின் வீடு பற்றிய குறிப்புகளுடன் 1954ஆம் ஆண்டு க்ரோனிக்கா எனும் ஸ்பானிஷ் இதழில் வெளியானது. அந்தக் கட்டுரை வெளியாகி பதினாறு ஆண்டுகள் கழித்தே 'தனிமையின் நூறு ஆண்டுகள்' வெளியானது. தென் அமெரிக்காவினைத் தாண்டி மார்க்கேஸ் உலகமெங்கும் அவரின் நாவல்களுக்காகக் கொண்டாடப்பட்டாலும், நாவலாசிரியர் என்பது மட்டுமே மார்க்கேஸின் அடையாளம் அல்ல. நோபல் பரிசு வாங்கிய பிறகான ஒரு நேர்காணலில், தன்னை ஓர் எழுத்தாளர் என்று

அடையாளப்படுத்திக்கொள்வதைவிடப் பத்திரிகையாளர் எனும் அடையாளமே பொருத்தமானதாக இருக்கும் என்று மார்க்கேஸ் கூறினார். "என் கதைகள் எல்லாமே ஒரு பத்திரிகையாளரின் கதைகளே" என்று சொன்ன மார்க்கேஸ், வேறொரு சமயம் இந்த உலகின் மிகச் சிறந்த வேலை பத்திரிகையாளர் வேலைதான் என்றார். அவர் தனது பத்திரிகை தொழிலை மிகவும் நேசித்தார், அந்த வேலை மார்க்கேஸ் எனும் எழுத்தாளரை உருவாக்கியது என்பதை அவரின் பத்தி எழுத்துகளைப் படிக்கும்போது அறிய முடியும்.

அவர் மறைந்து ஐந்து ஆண்டுகள் கழித்து ஆனி மேக்லேன் மொழிபெயர்ப்பில் வெளியாகியிருக்கும் 'நூற்றாண்டின் மிகப்பெரிய மோசடி மற்றும் பிற எழுத்துகள்' வழியே மார்க்கேஸ் எழுத்துலகின் இன்னொரு பகுதியினை அறிய முடியும். 1950 முதல் 1984 வரை எழுதப்பட்ட பல பிரதிகளிலிருந்து தேர்ந்தெடுத்து, மொத்தம் ஐம்பது கட்டுரைகளை ஆனி மொழிபெயர்த்திருக்கிறார். ஒவ்வொரு கட்டுரையும் அதன் இயல்பில் மார்க்கேஸின் மொழி வளத்தில் தனித் தனிக் கதைகளாக உருக்கொள்கின்றன.

இளம் பத்திரிகையாளர் ஒருவரின் வாழ்வில் நடந்த நிகழ்வுகளும், பெட்டிப் பத்திரிகைச் செய்திகளும், ஓர் எழுத்தாளனின் புலம்பெயர் வாழ்வின் தருணங்களும், அந்த ஆண்டுகளின் தலைப்புச் செய்திகளை ஆக்கிரமித்திருந்த வரலாற்று நிகழ்வுகளும், கொலம்பிய வீதிகளில் தன் முன்னோர் விட்டுச் சென்ற மொழியின் மிச்சங்களைக் கொண்டு மார்க்கேஸ் உருவாக்கிய பிரதிகளின் ஊடாகப் புனைவின் அரிதாரங்களைச் சூடிக்கொள்கின்றன. ஒவ்வொரு கட்டுரையும் அதனளவில் தனித்தனி முக்கியத்துவங்களைக் கொள்கின்றன - இலத்தீன் அமெரிக்காவின் அரசியல், சமூகம், புரட்சிகள், ஏமாற்றங்கள், கொண்டாட்டங்கள், வன்முறைகள் என்று பூர்வகுடி அமெரிக்க நிலத்தின் இரத்த நாளங்கள் வழியாகப் பயணிக்கின்றன இந்தக் கட்டுரைகள்.

'ஆயிரம் முறைகள் அழைப்பு மணியை ஒலிக்கும் தபால்காரர் - தொலைந்த தபால்களின் கல்லறையினைப் பார்வையிடுதல்' எனும் கட்டுரை பத்தொன்பதாம் நூற்றாண்டின் மானிட வாழ்வியலில் கடிதங்கள் கொண்டிருந்த மைய இடத்தை வர்ணிக்கிறது. ஒவ்வொரு கடிதமும் ஒவ்வொரு தபால்காரரின் அழைப்பு மணியும் ஏதோ ஒரு மனிதரின் மகிழ்ச்சியை, துயரத்தை, நம்பிக்கைகளை, ஏமாற்றங்களை,

காதலை, காமத்தை, பிறப்பை, இறப்பை, போரை, அமைதியை, பிரிவை, தொடர்பைத் தாங்கியே இருந்திருக்கின்றன. ஒரேயொரு வாட்சப் செய்திக்காகக் காத்திருக்கும் 21ஆம் நூற்றாண்டு வாழ்க்கையைப் போல் மனிதர்கள் ஒரேயொரு கடிதத்துக்காக வாழ்நாள் முழுவதும் காத்திருந்த கதைகளின் இன்னொரு முகமே இந்தக் கட்டுரை. அப்படிக் காத்திருந்த மனிதர்களைச் சென்று சேராத கடிதங்களின் கல்லறைகள் பற்றிய கதையே இந்தப் பிரதி. ஒருவேளை நம் காலத்தில் அப்படியொரு கல்லறையைத் தேடிச் சென்றால் அது கூகிள் அல்லது ஃபேஸ்புக்கின் உயிருடன் இருக்கும் தரவு இயந்திரங்களின் மூளைகளாக இருக்கக்கூடும்.

'எந்தத் தலைப்பையும் என்னால் சிந்திக்க முடியவில்லை' எனும் கட்டுரை, இலத்தீன் அமெரிக்காவின் அரசியல் வரலாற்றில் மிக அரிதாக நடக்கும் நம்பிக்கை ஒளிக் கீற்றின் முதல் கதிர்கள் உதித்த துல்லியமான நிமிடங்களை விவரிக்கிறது. புரட்சிக்கு முன்னான கியூபா குறித்து நினைவுகூரும் மார்க்கேஸ் "ஹவானா, அமெரிக்கர்கள் ஆக்கிரமித்திருக்கும் பாலியல் தொழில் விடுதி என்பதையும், மற்ற கிறித்துவ தேசங்களில் பாலியல் திரைப்படங்கள் நடைமுறை வழக்காக மாறும் பல வருடங்களுக்கு முன்பே அங்கு ஓர் அமெரிக்க டாலருக்குக் கலவியில் ஈடுபடும் இரத்தமும் சதையுமான மனிதர்களின் உடல்களை அரங்குகளின் திரைகளில் காணமுடியும் என்பதையும் தாண்டி வேறெந்த முக்கியத்துவமும் இல்லாத நகரமாக இருந்தது" என்கிறார். ஆனால், புரட்சி ஹவானாவின் இடத்தை வரலாற்றில் மிக முக்கியமானதாக மாற்றியது என்று சொல்லும் மார்க்கேஸ், கியூப புரட்சியின் வெற்றிக்காகக் காத்திருந்த நாட்களை நினைவுகூர்ந்தபடியே புரட்சியின் வெற்றி நிறைந்தோடும் ஹவானாவின் தெருக்களுக்குச் செல்ல தயாராகிறார். அப்போது வெனிசுலாவில் இருந்த மார்க்கேஸ், அன்றிரவே ஹவானா செல்ல கிடைக்கும் வாய்ப்பைப் பயன்படுத்தி வீட்டுக்குச் சென்று உடைகளையும் கடவுச் சீட்டையும் எடுக்கக் கூட நேரம் இல்லாமல் கராகஸ் விமான நிலையம் சென்று கையில் இருந்த ஒரே அடையாளச் சீட்டான மின்சாரக் கட்டண இரசீதினைக் காட்டி அதில் குடியுரிமை அதிகாரி முத்திரையிட்டுக் கியூபா விமானத்துக்கு வழியனுப்பி வைத்த கிளர்ச்சியூட்டும் கதையை விவரிக்கும் அதேவேளை, அமர்வதற்கு இருக்கைகள் இல்லாத கியூப விமானத்தில் பயத்துடன் பயணித்த கதையையும், விமான பயணம் குறித்து வாழ்நாள் முழுவதும் தனக்கு இருந்த அச்சத்தையும் நகைச்சுவையாகச் சொல்கிறார். அன்றைய நாட்களில்

இலத்தீன் அமெரிக்க மக்கள் இப்படியான ஒரு புரட்சியின் வெற்றிக்காக ஏங்கிய நினைவுகளை அந்தக் கட்டுரை நமக்குச் சொல்லக்கூடும்.

இன்னொரு கட்டுரை, மார்க்கேஸ் பாரிஸ் நகரத்தில் வாழ்ந்தபோது நடந்த சம்பத்தையொட்டி எழுதப்பட்டது. அது அவரின் அநேக வாசகர்கள் அடிக்கடி நினைவுகூரும் ஒன்று. 'என் தனிப்பட்ட ஹெம்மிங்வே' எனும் அந்தக் கட்டுரை மார்க்கேஸ் ஹெம்மிங்வே மீதும் அவரின் எழுத்துகள் மீதும் வைத்திருந்த நேசத்தை விவரிக்கிறது. பாரிஸின் மிக முக்கியத் தெருக்களில் ஒன்றான, சோர்பான் பல்கலைக்கழகம் இருக்கும், பழைய புத்தகக் கடைகளும் பல்கலைக்கழக மாணவர்களும் நிரம்பிய அந்தத் தெருவில் ஹெம்மிங்வேயை மார்க்கேஸ் தூரத்திலிருந்து பார்க்கிறார். தன்னிச்சையாக அவரது உதடுகள் "மாஸ்டர்ரோ" என்று சத்தமாக உச்சரிக்கின்றன. மக்கள் தலைகள் நிரம்பிய அந்தத் தெருவில் எந்தச் சந்தேகமுமின்றி உறுதியுடன் ஒரு குழந்தையின் குரலில் கைகளை உயர்த்தி "அடியோஸ், அமிகோஸ்" என்று பதில் வணக்கம் செலுத்துகிறார் ஹெம்மிங்வே. இருபதாம் நூற்றாண்டு இலக்கியத்தின் உணர்ச்சிகரமானதும், கிளர்ச்சியானதுமான இந்தக் காட்சியுடன் ஆரம்பிக்கும் கட்டுரை, இருவருக்குமான ஆசிரியர் - மாணவர் உறவு குறித்து நெகிழ்ச்சியுடன் விவரிக்கிறது.

இத்தொகுப்பில் இருக்கும் ஒவ்வொரு கட்டுரையும் மார்க்கேஸ் எனும் ஆளுமையின் உலகுக்குள் நெருக்கமாகப் பயணிக்கும் வாய்ப்பினைக் கொடுக்கிறது. அந்த உலகம் முழுவதும் இலத்தீன் அமெரிக்காவின் எதிர்காலம் குறித்த ஏக்கமும் கனவுகளுமே நிரம்பியிருக்கிறது. இலத்தீன் அமெரிக்காவின் ஆன்மா குறித்து எழுதப்பட்ட மிக முக்கியப் பிரதிகளாக இருக்கும், 'இலத்தீன் அமெரிக்காவின் திறந்த ரத்தநாளங்கள்', 'மோட்டார் சைக்கிள் குறிப்புகள்', 'அச்சப்படாதே அமெரிக்க நண்பனே' என்ற வரிசையில் மார்க்கேஸின் இந்தக் கட்டுரைகள் இருக்கக்கூடும்.

The Scandal of the Century and Other Writings
Gabriel Garcia Marquez
Translated by Anne McLean

காலத்தைக் கட்டவிழ்க்கும் கலை: கார்லோ ரோவெளி

"**நா**ம் யார்?" - இந்தக் கேள்வி மனிதர்களின் பரிணாம வளர்ச்சியில் உருவான முதல் கேள்வியாக இருக்கக்கூடும். அதனைத் தொடர்ந்து, "நாம் ஏன் இங்கே இருக்கிறோம்?", "நமது இருப்பின் காரணம் என்ன?", "இது எல்லாம் எப்படி உருவானது?" என முடிவற்ற பதில்களைக் கொண்ட முடிவற்ற கேள்விகளும் உருவாகிக்கொண்டே இருக்கின்றன. மனித இருப்பின் ஒவ்வொரு கணத்திலும் புதிய கேள்விகள் அல்லது பழைய கேள்விகளின் மேம்பட்ட வடிவங்கள் பிறந்துகொண்டேயிருக்கின்றன. மனிதர்களின் 'அறிவு' உலகத்தில் பதில்களை விட கேள்விகளே அதிகமாக இருக்கின்றன - வலிமையானவையாகவும் இருக்கின்றன. நம்மிடமிருக்கும் பதில்கள் பாதரசம் போல் வடிவமற்று அனைத்துத் திசைகளிலும் விரிகின்றன. ஆனால், சமூக நிறுவனங்கள் உருவாக்கி வழிநடத்தும் பத்தாயிரம் வருடங்களின் சிந்தனை முறை, இருப்புக் குறித்து இறுதியான 'ஒற்றைப் பதிலை' தேடிக்கொண்டிருக்கிறது. பல நூறு வருடங்கள் தேடியும் அந்த ஒற்றைப் பதிலை மனிதர்கள் கண்டடையவில்லை. இதற்கு முன் இருந்ததை விட வீரியமாக "நாம் யார்?" எனும் கேள்வி வடிவம் கொண்டிருக்கிறது. இந்தக் கேள்விக்கான பதிலைத் தேடிய பயணத்தில் மனிதர்கள் பல பயன்களை அடைந்திருக்கிறார்கள், அதே அளவு பாதிக்கப்பட்டுமிருக்கிறார்கள் - அறிவியல், கலாச்சார விளைவுகளை எடுத்துக்காட்டாகக் கருதலாம்.

"நாம் யார்?" எனும் கேள்வியிலிருந்து தொடங்குவதே கார்லோ ரோவெளி (Carlo Rovelli) குறித்து எழுதுவதற்கு ஏதுவானதாக இருக்க முடியும். கார்லோவின் மூலம் இக்கேள்விக்குப் பதிலைக் கண்டடைய முடியுமா எனில், இல்லை என்றே சொல்ல முடியும். ஆனால், கார்லோவின் உலகில் அவருடன் சேர்ந்து பயணிக்கும்போது மனித அறிவின் எல்லைகள் சிறிதளவு விரிவடைந்திருப்பதைப் புரிந்து கொள்ள முடியும். விரிவடைந்த மனித அறிவு, நாம் யார் எனும் கேள்வியின் புதிய எல்லையை உருவாக்கிக் கொடுத்திருக்கும்.

கார்லோ ரோவெளி ஒரு கோட்பாட்டு இயற்பியலாளர். அபய் அஸ்தேகாருடன் இணைந்து லூப் குவாண்டம் கிராவிட்டி (Loop Quantum Gravity) எனும் இயற்பியல் கோட்பாட்டை உருவாக்கியவர். பிரபஞ்சம் பற்றிய மாபெரும் அறிவியல் கோட்பாடுகள் என்றறியப்படும் சார்பியல், குவாண்டம் இயற்பியல் இரண்டையும் உள்ளடக்கிய பார்வையே லூப் குவாண்டம் கிராவிட்டி. குறிப்பிட்டுச் சொல்ல வேண்டுமெனில், ஆல்பர்ட் ஐன்ஸ்டீனின் உலகைக் காட்டிலும் கொஞ்சம் பெரியதும், வெர்னர் ஹெய்சன்பர்க் உலகைக் காட்டிலும் குறுகியதுமான இரண்டு உலகங்களை ஒன்றிணைத்துப் புதிய உலகை லூப் குவாண்டம் கிராவிட்டியின் வழி கார்லோ கட்டமைக்கிறார்.

கோட்பாட்டு இயற்பியலாளர் எனும் ஆடம்பரமான அடையாளத்தைத் தாண்டி கார்லோ ரோவெளி குறித்து எழுதுவதற்கு வேறு சிறப்பான காரணங்கள் இருக்கின்றன. அவற்றைப் பின்வருமாறு வரிசைப்படுத்தலாம்.

- ஒரு கவிஞரின் லாவகத்துடன் காலத்தைக் கட்டவிழ்த்தல்
- மனித அறிவின் எல்லைகளை ஒப்புக்கொள்ளுதல்
- மெய்யியல் மற்றும் அறிவியல் வழி மானுட இருப்பை அணுகுதல்
- நித்திய காலம் எனும் கருத்தியலைச் சிதைத்தல்

காலம் என்றால் என்ன? - காலம்தான் அனைத்துமே! நம்மிடம் இருந்த, இருக்கும், இருக்கப்போகும் எல்லாவற்றுக்கும் காலம்தான் பதில். காலம் அனைத்தையும் தீர்மானிக்கிறது, இந்த உலகில் உள்ள நிகழ்வுகள் மொத்தமும் காலத்தின் வழியாகப் பயணிக்கின்றன. எளிமையாகச் சொல்வதென்றால், காலம் பற்றிய பிரக்ஞை இல்லாமல் மனிதர்களால் எதையும் சிந்திக்க அல்லது செயல்படுத்த முடியாது. குறைந்தபட்சம் ஒரு வரி எழுதவோ,

ஒரு வாக்கியம் பேசவோ கூட முடியாது. மனித சிந்தனை செயல்முறை முழுவதுமாகக் காலத்திற்குள் ஒருங்கிணைக்கப்பட்டிருக்கிறது.

மனிதர்களின் அழுத்தமான இந்த நம்பிக்கைக்கு மாறான ஓர் உலகை கார்லோ தன் சிந்தனை வழி முன்வைக்கிறார். இயற்கையில் காலம் என எதுவும் இல்லை என்று கூறும் கார்லோவின் அறிவியல், காலம் எனப்படும் இயற்பியல் மாறிலியின் இருப்பைத் தேவையற்றதாகக் கருதுகிறது. இக்கோட்பாடு அபத்தமானதாகத் தோன்றக்கூடும். ஆனால், நூறு ஆண்டுகளுக்கு முன்பே இது பேசப்பட்டுவிட்டது. காலம் நிலையான மாறிலி எனும் மனிதர்களின் பல்லாயிரம் வருட நம்பிக்கைக்கு எதிரான உரையாடலை, தனது சார்பியல் கோட்பாட்டின் மூலம், ஆல்பர்ட் ஐன்ஸ்டீன் முதன்முதலில் தொடங்கி வைத்தார். தற்காலத்தில் வெளிவரும் அனைத்து மையநீரோட்ட அறிவியல் புனைவுத் திரைப்படங்களும் காலம் எனும் 'ஜவ்வு மிட்டாயை' கொண்டே உருவாக்கப்படுகின்றன. காலம் எனும் புனைவு 'ஜவ்வு மிட்டாய்கள்' மிகச் சிறந்த விற்பனை பண்டங்களாகவும் இருக்கின்றன.

காலம் சார்பானது என்றார் ஐன்ஸ்டீன், இந்த உலகில் இருக்கும் அனைத்துமே சார்பானது என்றார் நாகார்ஜுனர். ஒரு துகளுக்கும் இன்னொரு துகளுக்குமிருக்கும் சார்பியல் இணைப்பே மனிதர்கள் உட்பட உலக இருப்பின் அனைத்துக்கும் ஆதாரமாக இருக்கிறது என்கிறார் கார்லோ. இந்த அண்டம், அண்டமாக உருவாகக் காரணம் இங்கிருக்கும் அனைத்துப் பொருட்களுக்கும் இடையே தொடர்ந்து இணக்கமாகச் செயல்படும் நிகழ்வுகள்தாம் என்று சொல்லும் கார்லோவின் உலகில் காலம் எனும் நிலையான மாறிலிக்கு நிரந்திர இடமில்லை.

காலம் இந்த அண்டம் முழுவதும் ஒரே மாதிரி பயணிப்பதில்லை என்பது இன்றைய தலைமுறையில் இருக்கும் பலரும் அறிந்த உண்மை - குறைந்தபட்சம் 'இண்டெர்ஸ்டெல்லார்' திரைப்படத்தைப் பார்த்த பலரும் அறிந்த உண்மை. பூமியில் காலம் பயணிக்கும் தன்மைக்கும் வேறொரு பால்வீதியிலிருக்கும் ஒரு கோளில் காலம் பயணிக்கும் தன்மைக்கும் நிறைய வேறுபாடுகள் இருக்கும். நாம் இரவில் காணும் நட்சத்திரங்களின் ஒளிகள் அனைத்தும் என்றோ எரிந்து போன விண்மீன்களின் தீ ஜுவாலைகளே - அபத்தமான விடயம் என்னவெனில் நாம் இன்றைய இரவில் காணும் நட்சத்திரங்களில் சில ஏற்கெனவே தனது ஆயுளை நிறைவு செய்திருக்கும்.

இதே அளவீடு சூரியனுக்கும் பொருந்தும். நாம் பார்க்கும், உணரும் சூரிய ஒளி நம்மை வந்து சேர எட்டு நிமிடங்கள் இருபது நொடிகள் ஆகும். எனவே நாம் பார்க்கும், உணரும் பகலின் வெளிச்சம் எட்டு நிமிடங்கள் இருபது நொடிகள் பழமையானது.

காலம் புறவுலகில் மட்டும் சார்பாகப் பயணிப்பதில்லை, மனிதர்கள் மனதிலும் சார்பியல் விதிப்படியே பயணிக்கிறது என்றும் பல உளவியல் ஆய்வாளர்கள் கூறுகின்றனர். மனிதர்கள் காலம் என்று அகத்தின் வழி உணர்வதும், பூமியின் காலத்தின் பாய்ச்சலும் பல நேரங்களில் ஒன்று போலவே இருப்பதில்லை. எடுத்துக்காட்டாக, மிகவும் மகிழ்ச்சியான நேரத்தில் காலம் மிகவும் வேகமாக நகர்வதாகத் தோன்றும், துயர்மிகு சமயங்களில் அதே காலம் மிகவும் மெதுவாக நகர்வதாகத் தோன்றும்.

இயற்கையின் காலத்தையே நாம் நிலையான காலம் அல்லது கால வகையீட்டுக்கெழு என்று சொல்கிறோம். மனிதர்கள் தங்கள் மனதில் உணரும் காலத்தை அறிவியல் 'உளவியல் காலம்' என்று சொல்கிறது.

கார்லோவின் லூப் குவாண்டம் கிராவிட்டி, காலத்தைச் சார்பானது என்று கூட கருதத் தயாராக இல்லை. கார்லோவின் கூற்றுப்படி, காலம் என்பது ஒரு நுண் கணக்கீடு. அது மனித அறிவுக்கு நிறைய விடயங்களை எளிதாக்குகிறது. அல்லது மனித அறிவின் எல்லைகள், மனிதர்களை இயற்கையுடன் தொடர்பு கொள்வதற்கான எளிதான வழியாகக் காலத்தைக் கருதுகிறது. எனவே மனிதர்களின் உலகில் காலம் நிலையான மாறிலியாக இருக்கிறது - இயற்கையில் அல்ல.

நாம் பயன்படுத்தும் கிரிகோரியன் நாட்காட்டி, காலம் பற்றிய புரிதலுக்குச் சிறந்த உதாரணமாக இருக்கக்கூடும். நமது நாட்காட்டியை வழமைக்கு மாறாக,ச் சிறிது நேரம் உற்று நோக்கினால், நாம் காலத்தை எளிதாகப் புரிந்துகொள்ள அல்லது ஏற்றுக்கொள்ள செய்யப்பட்டுள்ள ஏற்பாடுகளைத் தெரிந்துகொள்ள இயலும். இந்த ஏற்பாடுகள் மனிதர்கள் உணரவியலாத இயற்கை சிக்கல்களைக் கடக்க உதவி செய்கின்றன. எடுத்துக்காட்டாக, லீப் ஆண்டில் வரும் பிப்ரவரி 29ஆம் நாளைக் குறிப்பிடலாம்.

கிரிகோரியன் நாட்காட்டியில் இருக்கும் இத்தகைய ஏற்பாடுகளைப் புரிந்துகொள்ள ஆரம்பத்தில் சிக்கலானதாகத் தோன்றினாலும், சில

நூற்றாண்டுகளின் தொடர்ச்சியான பயன்பாடு கிரிகோரியன் நாட்காட்டியை மனிதர்களின் அன்றாட வாழ்க்கைக்கு எளிதாக்கியது. மனிதர்கள் பரவலாகப் பயன்படுத்துவதாலேயே, கிரிகோரியன் கணக்கு முறை பூமியின் காலத்தைக் கணிப்பதற்கு மிகச் சரியான வழியாகாது. மனிதர்கள் இத்தகைய ஏற்பாடுகளை அன்றாட நிகழ்வுகளை எளிமையாகக் கடப்பதற்கென்று உருவாக்கிப் பயன்படுத்துகின்றனர்.

இது காலம் குறித்த கார்லோவின் மிக ஆச்சரியமான, அதே நேரம் மிக முக்கியமான கருத்தியலுக்கு இட்டுச் செல்கிறது. கடந்த காலம் - நிகழ்காலம் - எதிர்காலம் என்றால் என்ன என்று கேட்கும் கார்லோ, மனிதர்கள் நம்பும் நிகழ்காலத்தில் நிகழ்காலம் மட்டும்தான் இருக்கிறதா எனும் கேள்வியை முன்வைக்கிறார்.

உலகத்திற்கான முழுமையான 'தற்போது' என்று ஏதும் நம்மிடம் இல்லை என்பதைச் சொல்லும் கார்லோ, அவரின் பிரபலமான புத்தகங்களில் ஒன்றான 'காலத்தின் ஒழுங்கமை'வில் (Order of Time) பின்வரும் வரிகளை எழுதுகிறார், "சர்வதேச தொலைப்பேசி அழைப்பை மேற்கொள்வது போன்ற சாதாரணமான நிகழ்வு ஒன்றை நீங்கள் கருதும்வரை இது விசித்திரமாகத் தோன்றலாம். நீங்கள் நியூயார்க்கில் இருக்கிறீர்கள், இலண்டனில் உள்ள நண்பர்களுடன் பேசுகிறீர்கள். அவர்களின் வார்த்தைகள் உங்கள் காதுக்கு வந்தடைய, சில மில்லி நொடிகள் தேவைப்படுகின்றன. கடந்த காலத்தில் பேசப்பட்ட ஒரு வார்த்தையை உங்களின் நிகழ்காலத்தில் கேட்கிறீர்கள். மேலும் 'தற்போது' என்பது என்ன என்று மிக உறுதியாகக் கூற முடியாது."

இந்தத் தர்க்கத்தைக் கொண்டு சூரியக் கதிர்களை அணுகினால், சூரியனிலிருந்து வரும் முதல் கதிரின் 'தற்போது' என்பது பூமிக்கு வந்து சேரும் முதல் சூரிய ஒளியின் 'தற்போ'திலிருந்து முழுமையாக வேறுபடுகிறது. இரண்டுக்கும் எட்டு நிமிடங்கள் இருபது வினாடிகள் இடைவெளி இருக்கிறது. எனவே நாம் 'தற்போது' என்று உணரும் சூரியனின் முதல் கதிர், சூரியனியன் இறந்தகால நிகழ்வாக இருக்கிறது.

'தற்போது' என்றால் என்ன? - நான் இந்த 'வார்த்தையை' எழுதும் தருணத்தையே துல்லியமான தற்போதைய தருணம் என்கிறோம். ஆனால், அந்த 'வார்த்தை'யை இப்போது எழுத மனதிற்குள் அதை நினைத்துப் பார்க்க வேண்டும், அவை சமிக்ஞைகளாக மாற்றப்பட வேண்டும், அது என் விரல்களை வந்தடைய வேண்டும், என் விரல்கள் அதைத் தட்டச்சு

செய்ய வேண்டும், அவற்றை ஈரிணைகளாக மாற்றிய பின் கணினி திரையில் அந்த வார்த்தையைக் காட்சிப்படுத்தும். ஒரு 'தற்போ'தை அடைய, பல நூறு 'தற்போது' நிகழ்வுகள் தேவைப்படுகின்றன - ஒரு நொடிக்குள் அடங்கியிருக்கும் பல நூறு 'தற்போது'கள். இதே தர்க்கத்தை நாம் பல நிகழ்வுகளுக்கும் பொருத்திப் பார்க்கலாம். எனவே 'தற்போது' என்பது கடந்தகால - நிகழ்கால - எதிர்காலத்தின் கலவையாக மாறுகிறது.

இருப்பினும், இந்த மிகச் சிறிய கால அளவீடுகள் மனித அன்றாட நிகழ்வுகளில் கருத்தில் கொள்ளவோ அல்லது மதிப்பீடு செய்யவோ தேவையில்லை. மிகத் துல்லியமாக எந்த நேரத்தில் 'தற்போது' எனும் வார்த்தையைச் சிந்தித்து, தட்டச்சு செய்தேன் என்று தினந்தோறும் ஆராயத் தேவையில்லை என்பதே மனிதர்கள் உணர்ந்து பழகிய காலத்தின் அனுகூலம். ஆனால், இந்தக் கால இடைவெளிகளை மனிதர்களால் எளிதில் அளவிட முடியாது என்பதாலேயே அவை இல்லாமல் ஆகிவிடாது என்கிறார் கார்லோ.

இந்த உலகத்தைப் பற்றிய கார்லோவின் புரிந்துகொள்ளலில் இருக்கும் மிகவும் கவர்ச்சிகரமான அம்சம், காலம் குறித்த அவரது கருத்தியல் மட்டுமல்ல. அதை ஒரு கவிஞரின் இலாவகத்துடன் அணுகுவதில் இருக்கும் கவித்துவமும்தான்.

'காலத்தின் ஒழுங்கமை'வில் (Order of Time) கார்லோ எழுதுகிறார்,

"உலகம் என்பது பொருட்களின் தொகுப்பு அல்ல, அது நிகழ்வுகளின் தொகுப்பு. பொருட்கள் மற்றும் நிகழ்வுகளுக்கு இடையிலான வேறுபாடு என்னவென்றால், பொருட்கள் காலப்போக்கில் நிலைத்திருக்கும், நிகழ்வுகள் வரையறுக்கப்பட்ட கால அளவைக் கொண்டுள்ளன. எடுத்துக்காட்டாக, நீங்கள் ஒருவருடன் ஒரு கல் மீது நின்றபடி முத்தமிட்டுக்கொள்கிறீர்கள் எனில், இதில் கல் ஒரு பொருள், அங்கிருக்கும் மனிதர்களும் பொருட்கள்தான். ஆனால், முத்தம் ஒரு நிகழ்வு. அடுத்தநாள் அந்தக் கல் எங்கே இருக்கும் அல்லது அந்த மனிதர்கள் எங்கே இருப்பார்கள் என்று சொல்ல முடியும். ஆனால், முத்தம் எங்கே என்று விளக்க முடியாது. உலகம் முத்தங்களின் வலையமைப்புகளால் ஆனது, கற்களால் அல்ல."

மனித அறிவின் எல்லைகளை ஒப்புக்கொள்ளுதல்

இந்த உலகிலிருக்கும் உயிர்களில் வலிமையான இனம் தாங்கள்தான் என்று மனிதர்கள் ஆழமாக நம்புகிறார்கள். இந்த நம்பிக்கையே மனிதர்கள் உருவாக்கிய பரிணாம கூம்பின் (Evolution Pyramid) உச்சியில் தங்களைத் தாங்களே வைத்திருக்கச் செய்கிறது. உண்மையில் மனிதர்கள் மிகவும் வலிமையான இனமா? மிகவும் தகுதியான உயிரினங்கள் மட்டுமே உயிர்வாழும், வலிமையானவை அல்ல என்று பரிணாமக் கோட்பாடு சொல்கிறது. இது பற்றிய மனிதர்களின் அறிவு மிகவும் அபத்தமானதாகவே இருக்கிறது.

சமூகவியலாளர் ஹெர்பர்ட் ஸ்பென்சரிடமிருந்து டார்வின் கடன்வாங்கிய மிகப் பிரபலமான சொற்பதமான 'தகுதியானவையே தழைக்கும்' என்பதை 'வலிமையானவர்களே பரிணமிப்பார்கள்' என்று மாற்றிக் கூறிவருகிறோம். மனிதர்கள் உலகின் வலிமையான அல்லது மூத்த இனமல்ல, மாறாக, நாம் பூமியில் இருக்கும் உயிர்களிலே மிகவும் இளையவர்கள்.

ஆனால், மனிதர்களின் தனிச்சிறப்பு என்ன - ஒன்றுமில்லை என்பதே பதிலாக இருக்கிறது. உலகில் உள்ள துகள்கள் அனைத்தும் எளிமையான அல்லது சிக்கலான ஏதோவொரு தகவலைக் கொண்டிருக்கிறது என்கிறது இயற்பியல். நிறத்தின் துகளான ஒரு ஃபோட்டான், அந்நிறத்தின் தகவல்களைக் கொண்டிருக்கிறது. சில கோடி ஃபோட்டான்களின் தொகுப்பை நாம் ஒளி என்று அழைக்கிறோம். ஒற்றை ஃபோட்டான் மனித கண்களுக்குத் தெரிவதில்லை, கோடிக்கணக்கான ஃபோட்டான்களின் தொகுப்பே நம் கண்களுக்குத் தெரியும் - சூரியக் கதிர்கள், நட்சத்திரங்கள், விளக்குகள், நெருப்பு போன்றவை. இதன் வழியில், மனிதர்கள் சிக்கலான தகவல்களின் ஒருங்கிணைந்த தொகுப்பு. மனித உடலில் உள்ள ஒவ்வோர் உறுப்பும், ஒவ்வோர் அணுவும், ஒவ்வோர் இரசாயனக் கூறுகளும், ஒவ்வொரு மரபணுவும் தகவல்களைக் கொண்டுள்ளன. இவை அனைத்தும் ஒன்றாக இணைந்து மனிதர்கள் என்றழைக்கப்படும் பன்முக உயிரினத்தை உருவாக்குகின்றன.

இயற்கையில் தகவல் வியாபித்திருக்கிறது, கருந்துளை உட்பட தகவலற்ற இடம் என்று எதுவும் இல்லை என்கிறது இன்றைய அறிவியல். இருப்பினும், இயற்கையில் வியாபித்திருக்கும் தகவல்களைப் பதிவுசெய்து அதைச் செயற்கையாக அடுத்த தலைமுறைகளுக்குக் கடத்திய முதல் உயிரினம்,

இன்றுவரை நாம் அறிந்த அளவில் மனிதர்கள் மட்டுமே. பேச்சு, எழுத்து, ஓவியம் முதல் இணையம் வரை அனைத்தும் தகவல்களை அடுத்த தலைமுறையினருக்குக் கடத்தும் கடத்திகளாக இருக்கின்றன - அதை நாம் அறிவு என்று அழைக்கிறோம். 'அறிவு' என்ற தகவல்களின் தொகுப்பு மனிதர்களை உணவு அல்லது உயிர்வாழ்வின் தேவைகளுக்கு அப்பால் சிந்திக்க வைக்கிறது. உதாரணமாக இன்றைய உலகின் மனிதர்கள், ஒன்று அல்லது இரண்டு லட்சவருட மனித தகவல் / அறிவின் தொகுப்பாகும். தகவல்களின் திரட்டு மனிதர்களை மேன்மையாக்குகிறதா?

உலகம், தெய்வ நித்தியத்தால் மனிதர்களுக்காக வடிவமைக்கப்பட்டுள்ளது என்று நாம் நம்புகிறோம். மனிதர்களால் எழுதப்பட்ட அனைத்துப் புனித நூல்களும் இதையே முழுமையான உண்மை என்று நிறுவுகின்றன. கி.மு. 546 - 610 வரை (கிட்டத்தட்ட 2000+ ஆண்டுகளுக்கு முன்பு) மனிதர்கள், பூமிக்குத் தட்டையான அடித்தளம் உள்ளது அல்லது இந்தப் பிரபஞ்சத்தின் மையம் பூமி என்று நம்பினார்கள். அண்டமும் பூமியும் மனிதர்களுக்காக உருவாக்கப்பட்டவை என்று இன்றும் நம்மில் பலர், இறையச்சம் சார்ந்த இக்கருத்தை நம்புகிறோம். ஆனால், இரண்டாயிரம் மூவாயிரம் வருடங்களுக்கு முன்பு போல் அல்லாமல் - பூமி இந்தப் பிரபஞ்சத்தின் மையம் அல்ல, மாறாக, மனிதர்களால் அறியப்பட்ட பிரபஞ்சத்தின் மையத்திலிருந்து பல கோடி ஒளி ஆண்டுகள் தொலைவில் உள்ள சாதாரண பால்வெளியில் ஒரு சிறிய விண்மீன் குடும்பத்தில் இருக்கும் ஒரு சிறிய கோள் - அறிவியல் புரிதல்கள் எதுவாக இருந்தாலும், கடவுள் இந்தச் சிறிய கிரகத்தை மனிதர்களுக்காக உருவாக்கினார் என்ற ஈடன் தோட்டத்துக் கதைகளை இன்றும் நம்பினாலும், பிரபஞ்சத்தை ஆக்கிரமிப்பதில் நாம் பேராசை கொள்கிறோம்.

மனிதர்களை இவ்வாறு சிந்திக்க வைப்பது எது? - நம்மை நாமே பரிணாமக் கூம்பின் மேல் தளத்தில் வைத்துக்கொள்ள காரணம் என்ன? கார்லோ தனது Reality Is Not What It Seems என்ற புத்தகத்தைத் திகைப்பூட்டும் வரியுடன் ஆரம்பிக்கிறார், "மனிதர்கள் நாம், நம் மீதே அதீத நம்பிக்கைகளைக் கொண்டிருக்கிறோம். நம் வரலாறு, நம் உளவியல், நம் தத்துவம், நம் கடவுள்களை மட்டுமே தேடுகிறோம். நமது அறிவின் பெரும்பகுதி மனிதர்களைச் சுற்றியே சுழல்கிறது. பிரபஞ்சத்தில் நாமே மிக முக்கியமான விடயமென"

மனிதர்களின் அபரிதமான நம்பிக்கையைத் தாண்டி இந்த உலகம் குறித்து, அதன் இருப்புக் குறித்து நாம் அறிந்திருப்பது மிகவும் குறைவே. இருண்ட வானில் அதிஉயர தொலைநோக்கி ஒன்றைக் கொண்டு நோக்கினால் இன்றுவரை மனிதர்கள் பார்க்காத பல ஆயிரம் புதிய பால்வெளிகளைப் பார்க்க முடியும். இது இப்படி இருக்க, மனிதர்கள் இதுகாலம் வரை உலகம் குறித்து அறிந்து வைத்திருப்பது எல்லாம் நம்மைப் பற்றி அல்லது நமக்காக மட்டுமே.

ஆனால், நாம் பிரபஞ்சத்தைப் புரிந்துகொள்ளும் பயணத்தைக் கைவிடவில்லை. நிச்சயம் எல்லாவற்றுக்கும் காரணமான ஒற்றை மூலத்தை நம்மால் கண்டடைய முடியாது. காரணம், நம் மூலம் முடிவற்ற வலையங்களால் உருவாக்கப்பட்டிருக்கக்கூடும். இந்தப் பூமியை அண்டத்தின் மையம் என்று ஆரம்பித்த பயணம், அண்டத்தின் ஏதோவோர் எல்லையில், ஒரு சிறிய பால்வெளியில் உள்ள சிறிய நட்சத்திரக் குடும்பத்தில் இருக்கும் ஒரு சிறிய கிரகத்தில் இருந்தபடி நம் கேள்விக்கான உண்மைகளைத் தேடிக்கொண்டிருக்கிறோம் எனும் அளவில் வந்தடைந்திருக்கிறது. இந்தப் பயணமும் பதில்களும் இன்னும் பல கோடி ஒளி ஆண்டுகள் பயணிக்கும். கார்லோ மனித அறிவின் இந்த எல்லைகளை நன்கு உணர்ந்திருக்கிறார். குறிப்பாக ஓர் இயற்பியலாளராக அவரது முன்னோடிகள் குறித்த அவரின் பிரமிப்பு அவர்களின் கண்டுபிடிப்புகளில் அல்ல, அவர்களின் கேள்விகளிலும் அவற்றின் பதில்கள் மீதான சந்தேகங்களிலுமே நிலைத்திருக்கிறது.

Reality Is Not What It Seems நூலில் 'மர்மம்' என்று தலைப்பிட்ட இறுதி அத்தியாயத்தை மனிதர்களின் கேள்விகள், சந்தேகங்கள் குறித்தே எழுதியிருக்கிறார். மனிதர்களின் கேள்விகளில் இருந்தே அறிவியல் பிறந்தது என்று சொல்லும் கார்லோ, இந்த அத்தியாயம் முழுவதும் பெரும் சிந்தனையாளர்கள் பலர் தங்கள் அறிவு மீது கொண்டிருந்த சந்தேகங்களை விளக்குகிறார். "நான் நம்புகிறேன்", "நான் அவ்வாறு நினைக்கவில்லை" எனும் சாக்ரடீஸின் பதங்களை நினைவுகூரும் கார்லோ, சார்லஸ் டார்வினின் பிரபல கூற்றான "நான் இவ்வாறு நினைக்கிறேன்" என்பதையும் குறிப்பிட்டு, மனித அறிவில் நிரந்தரமாக நிலைத்திருக்கும் இந்தச் சந்தேகமே, உறுதியற்ற தன்மையே மனித அறிவின் மூலதனம் என்கிறார்.

மெய்யியல் மற்றும் அறிவியல் வழி மனித இருப்பை அணுகுதல்

இயற்பியலைத் தாண்டி, இருவேறு திசைகளில் பிரிந்து பயணிக்கும் அறிவியலையும் மெய்யியலையும் இணைக்கும் பணியைத் தொடர்ந்து செய்கிறார் கார்லோ. அதுவே அவரது தேடலின் தலையாய பணியாக இருக்கிறது என்றும் சொல்லலாம். அவரின் செயல்பாடுகள் அனைத்தும் மெய்யியலின் அடிப்படைச் சிந்தனைகளில் ஒன்றான 'அறிவு அல்லது விமர்சனப்பூர்வ சிந்தனை' என்பதை நோக்கியதாகவே இருக்கிறது.

கார்லோவின் புத்தகங்களில் ஒன்றான 'அனாக்ஸிமாண்டர்', அறிவியலின் வரலாற்றைக் கிரேக்க மெய்யியலாளர் அனாக்ஸிமாண்டரின் வாழ்வினூடாக அணுகுவதின் மூலம் அறிவியல் மற்றும் மெய்யியலுக்கு இடையேயான சீரிய தொடர்பை முன்வைக்கிறார். 'அனாக்ஸிமாண்டர்', வாசகரைக் கேள்வியின் உலகிற்குள் ஆழமாக அழைத்துச் செல்கிறது.

கார்லோவின் கூற்றுப்படி, அனாக்ஸிமாண்டர் கேள்வி வழி அல்லது அறிவியல் சிந்தனையின் வழி பயணத்தைத் தொடங்கியவர். இந்த உலகைத் தெய்வீகச் செயலாகக் கருதாமல் இயற்கையின் பருப்பொருளாகக் கேள்வி கேட்டவர். விமர்சனச் சிந்தனையின் உருவகமாக அனாக்ஸிமாண்டரைப் பயன்படுத்துவதன் மூலம், விமர்சன சிந்தனை அல்லது விஞ்ஞானச் சிந்தனையின் உலகத்தை கார்லோ ஆராய்கிறார்.

விமர்சனச் சிந்தனை என்றால் என்ன? அது எங்கிருந்து பிறந்தது? மனித வாழ்விற்கான அடிப்படை எது? அதன் வரம்புகள் என்ன? ஜனநாயகம் மற்றும் அறிவியல் அணுகுமுறைகளின் பரிணாமம் ஆகியவற்றுக்கு இடையேயான உறவுமுறை, அதன் மூலம் உருவான விமர்சனச் சிந்தனை முறை எனும் அடிப்படை மனித செயல்பாடுகளை அனாக்ஸிமாண்டர் மூலமாக முன்வைக்கும் கார்லோ, அதன் வழியில் அறிவியலுக்கும் மெய்யியலுக்கும் இடையே இயங்கும் ஒற்றுமைகளை முன்வைக்க முயல்கிறார்.

இதே சிந்தனைகளை ஆசிய மெய்யியலாளர் நாகார்ஜுனர் குறித்த கட்டுரை ஒன்றிலும் வெளிப்படுத்துகிறார். நாகார்ஜுனரின் 'சூன்யம்', 'சார்பியல்', 'வெறுமை', 'இடைப்பட்டநிலை' ஆகியவற்றைக் குவாண்டம் இயற்பியலுடன் பொருத்திப் பேசும் கார்லோ, குவாண்டம் இயற்பியலும் மஹாயான பௌத்த மெய்யியலும் இணைந்து இயங்கும் வெளிகளை முன்வைக்கிறார்.

‘தி கார்டிய’னின் சார்லோட் ஹிக்கின்ஸ் உடனான உரையாடலில் கார்லோ, “மாணவராக இருந்தபோது, எல்லைகள் இல்லாத, அரசுகள் இல்லாத, போர்கள் இல்லாத, மதங்கள் இல்லாத, குடும்பம், தனியுடமை இல்லாத ஓர் உலகத்தைக் கனவு கண்ட”தாகக் குறிப்பிடுகிறார். கார்லோவின் மாணவ நாட்கள் அதிகாரத்திற்கு எதிரான செயற்பாடுகளாலும் சமத்துவ உலகக் கனவுகளாலும் நிறைந்திருந்தன. கட்டாய இராணுவ சேவையை நிராகரித்தார் எனும் காரணத்தால் அவர் சிறை தண்டனைக்கு ஆட்பட்டார். இருப்பினும், அதே உரையாடலில், கார்லோ தனது மாணவ பருவத்தின் கனவுகள் நிகழவே வாய்ப்பில்லாத, பொன்னுலகம் குறித்தான சிறிய கனவுகள் என்றும், இந்த உலகம் மனிதர்களைக் காட்டிலும் மிகப்பெரியது என்றும் கூறுகிறார்.

நம் காலத்தின் சிந்தனையாளர்களில் குறிப்பிட்டத்தக்கவர்களில் ஒருவர் கார்லோ ரோவெளி. அவரது தேடல்கள் அல்லது கேள்விகள் அண்டம் மற்றும் மனித இருப்புக் குறித்தான புரிதல்களின் வெளியினைக் கொஞ்சம் விரிவடையச் செய்யக்கூடும். ‘அனாக்ஸிமாண்டர்’ புத்தகத்தின் கடைசி வரிகளுடன் சொல்வதானால்:

இந்தச் சாகசப் பயணம் நம்மை எங்கு இட்டுச் செல்கிறது என்று நமக்குத் தெரியாது. ஆனால், அறிவியல் சிந்தனை - அறிவு என்று ஏற்றுக்கொள்ளப்பட்டதன் மீதான தொடர் விமர்சனங்கள் / மறுபரிசீலனைகள்; எந்தவொரு நம்பிக்கையையும் எதிர்த்துக் கிளர்ச்சி செய்வதற்கான சாத்தியங்களை உருவாக்குதல், உலகின் புதிய திசைகளை ஆராய்ந்து புதுமையானவற்றை உருவாக்கும் திறன் - மனிதகுல வரலாற்றின் பொறுமையான பரிணாம வளர்ச்சியின் முக்கிய அத்தியாயத்தைக் குறிக்கிறது. இது அனாக்ஸிமாண்டர் திறந்து வைத்த வழித்தடம்; நாம் அதில் மூழ்கியிருக்கிறோம், அது எங்கு கொண்டு செல்லும் என்று அறிய ஆவலாக இருக்கிறோம்.